आपल्या स्नेहीजनांना पुस्तके भेट द्या

'स्लमडॉग मिलेनिअर' मधल्या या चिमुरड्या चित्रतारकेचा हा ऑस्करपर्यंतचा प्रवास.

स्लमगर्ल ड्रीमिंग

माझा ताऱ्यांकडे प्रवास

रुबिना अली

ॲनी बर्थाड आणि दिव्या दुगर यांच्या सहकार्याने

अनुवाद

मैत्रेयी जोशी

मेहता पब्लिशिंग हाऊस

Please contact us at **Mehta Publishing House Pvt. Ltd.,** Pune 411030.
✆ +91 020-24476924 / 24460313 / Mob. No. 9545000513
Email : production@mehtapublishinghouse.com
Website : www.mehtapublishinghouse.com

- *या पुस्तकातील लेखकाची मते, घटना, वर्णने ही त्या लेखकाची असून त्याच्याशी प्रकाशक सहमत असतीलच असे नाही.*

SLUMGIRL DREAMING by RUBINA ALI

Translated into Marathi Language by Maitreyi Joshi

स्लमगर्ल ड्रीमिंग / अनुवादित आत्मकथन

अनुवाद : मैत्रेयी जोशी

Email : author@mehtapublishinghouse.com

मराठी अनुवादाचे व प्रकाशनाचे हक्क : मेहता पब्लिशिंग हाऊस प्रा. लि., पुणे

संस्थापक : सुनील अनिल मेहता

प्रकाशक : मेहता पब्लिशिंग हाऊस प्रा. लि.,
१९४१ सदाशिव पेठ, माडीवाले कॉलनी, पुणे - ४११ ०३०

मुद्रक : ट्रिनिटी ॲकॅडमी फॉर कॉर्पोरेट ट्रेनिंग लिमिटेड

मुखपृष्ठ : चंद्रमोहन कुलकर्णी

प्रकाशनकाल : जून, २०१० / फेब्रुवारी, २०१५ / पुनर्मुद्रण : जुलै, २०२५

किंमत : ₹ २४०

P Book ISBN 9788184981094

अनुवादिकेचे मनोगत

'स्लमगर्ल ड्रीमिंग' हे माझं दुसरं भाषांतरित पुस्तक. पण प्रथम प्रकाशित होण्याचा मान त्यानेच पटकावला.

माझ्या आत्तापर्यंतच्या लेखनप्रवासात कथा, ललित लेख, स्फुटलेखन, रेडिओसाठी मालिका-लेखन, नभोनाट्य अशा विविध क्षेत्रांत मुशाफिरी केली. तेव्हाच मनाच्या कोपऱ्यात एखाद्या चांगल्या कलाकृतीचा मराठी अनुवाद करावा, अशी इच्छा आकार घेत होती. या इच्छेला मूर्तरूप देण्याचं काम श्री. सुनील मेहता यांनी केलं. त्याबद्दल मी सदैव त्यांची ऋणी राहीन. राजश्री देशमुख यांचेही मोलाचे सहकार्य मला लाभले, म्हणून त्यांचेही आभार मानते. घरातील व्यक्तींच्या सहकार्यशिवाय हा प्रोजेक्ट पूर्ण होऊच शकला नसता, त्यामुळे चि. श्रीरंग आणि त्याचे बाबा यांचेही नामनिर्देश इथे करायला हवेत – काही ऋणं न फिटणारी असतात नं!

– सौ. मैत्रेयी जोशी

अनुक्रमणिका

पूर्वावलोकन...

"रु बि ना! अझ र! आ यु ष!"

मला समजत नाहीये काय चाललंय ते. दूरवर मला आवाज ऐकू येतोय; पण विमानात वीस तास काढल्यानं मला झोपेनं घेरलंय आणि विमानतळावरचा गडबड गोंधळ पाहून तर अगदी हरवून गेल्यासारखं वाटतंय. काहीच सुचेनासं झालंय. तो आवाज अधिकाधिक स्पष्ट होऊ लागतो आणि माझी खात्री पटते की लोक आमच्या नावाचा जयघोष करत आहेत.

गुरुवार, २६ फेब्रुवारी... माझा आत्तापर्यंतचा दुसरा विमान प्रवास. माझ्या पहिल्या-वहिल्या परदेश वारीवरून (ती सुद्धा अमेरिकेची!) मी परतते आहे. मुंबई विमानतळावरून आम्ही सगळे बाहेर पडतोय. माझ्याभोवती असलेले माझे मित्र अझर, आयुष, तनय आणि 'स्लमडॉग मिलेनिअर'चे अन्य बाल कलाकार एकमेकांकडे बघून नेमके काय चाललंय, याबद्दल आश्चर्य व्यक्त करतायत. मी अझरच्या शेजारून चालतेय. त्यानं सिनेमात छोट्या सलीमची भूमिका केलीय. आमच्या दोघांच्या पायातील नवेकोरे बूट विमानतळाच्या स्वच्छ, चकचकीत फरशीवर छान दिसतायत. आम्ही नुकतेच आमचे सामान घेऊन लॉस एंजलिसहून येणाऱ्या विमानातून उतरलो आहोत. 'स्लमडॉग मिलेनिअर'नं जेथे तब्बल आठ ऑस्कर जिंकली तेथून!

माझ्या कुटुंबीयांना भेटण्याच्या कल्पनेनं मी इतकी उत्तेजित झालीय. त्यांच्यापासून मी कधीच इतके दिवस दूर राहिले नव्हते. आमचं एखाद्या विजयी वीरासारखं स्वागत होईल असं मला वाटलं होतं. आता खरंच तसं घडतंय. अझर डोळ्यांच्या कोपऱ्यातून माझ्याकडे पाहतोय. त्याच्या डोळ्यांत मला विलक्षण चमक दिसतीये.

मला ठाऊक आहे तो माझ्याइतकाच उत्तेजित झालाय आणि आयुष, ज्यानं जमालची भूमिका केली होती, तो तर उड्याच मारतोय उत्तेजित होऊन... एकाएकी माझा थकवा दूर पळून गेला. माझ्याशी जे कोणी बोलायला येतील त्या साऱ्यांशी मला बोलायचंय.

अझरची आई तिच्या मुलाकडे बघतेय. ती थोडी काळजीत पडलेली दिसतीये. कदाचित तिला त्याला नीट सांभाळायचे असेल. माझे काकाही तणावग्रस्त दिसताहेत. आमच्या ग्रुपमधलं कुणीतरी, प्रॉडक्शन टीममधले सहकारी किंवा सुरक्षारक्षक यांच्यापैकी कोणीतरी आम्हाला सूचना देईल याची ते वाट पाहात आहेत. त्यांना खरंच कळत नाहीये काय करावं ते. आमची शेवटची बॅग फिरत्या पट्ट्यावरून उचलली गेली. कस्टमचे उपचार पार पाडून आम्ही येथून बाहेर जायला आसुसलोय.

"रुबिना! अझर! आयुष! तनय!"

बाहेर लोकांचा आरडा-ओरडा सुरू आहे. अझर आणि मी मोठ्या मुश्किलीनं शांत राहू शकतोय; पण प्रत्युत्तर म्हणून मला ओरडून सांगावंसं वाटतंय – 'होय, मीच ती रुबिना' सुरक्षारक्षकांनी धावाधाव करून आम्हाला घेरलं आणि ते ओरडू लागले; या सगळ्या गडबडीने, धांदलीने ते बावचळून गेलेत आणि थोडेसे त्रासलेत देखील. प्रॉडक्शन टीम विमानतळाच्या सुरक्षा यंत्रणेबरोबर कसल्यातरी समस्येविषयी चर्चा करत आहे. ते आमच्याकडे आणि आमच्या बॅगा ज्याच्यावर ठेवल्या आहेत त्या सामानाच्या ट्रॉलीकडे निर्देश करतायत. आम्ही ती ट्रॉली पुढे ढकलतोय.

पोलीस अधिकारी आमच्याकडे येतात. "बाहेर जाऊ नका. बाहेर लोक वेडे झालेत. तुम्हाला बाहेर पडता येणार नाही."

"मग आम्ही काय करायला हवं?"

"थोडे थांबा. आम्ही तुमची वाट मोकळी करतो आणि तुमच्याभोवती कडं करतो. म्हणजे तुम्ही सर्व या गर्दीतून सुखरूप पलीकडे जाऊ शकाल."

इतका मोठ्ठा जमाव पाहून पोलीसही हबकून गेलेत. आम्हा सर्वांना या अलोट गर्दीतून बाहेर काढणं त्यांच्यासाठी जिकिरीचं ठरणार आहे. ते त्यांच्या मिशांना पीळ देत आपले गणवेश सांभाळत सज्ज होतात. "रुबिना, मी अगदी मोठ्यातले मोठे नट किंवा राजकीय नेत्यांचंही असं भव्य स्वागत झालेलं पाहिलं नाहीये." ते मला सांगतात.

गर्दी? किती लोक असू शकतात तिथे? माझे वडील (अब्बा) आणि माझे कुटुंबीय त्यातच कुठेतरी असतील. अब्बा माझ्यासोबत अमेरिकेला नाही येऊ शकले; पण मला माहितीय ते बाहेर माझी वाट पाहताहेत. आता मात्र मला या प्रत्येकाला भेटायची उत्कंठा लागलीय. माझी आजी, मोठी बहीण, छोटा भाऊ; पण सर्वांत जास्त आठवण आली ती अब्बांची.

सरतेशेवटी, एक पोलीसदादा प्रॉडक्शन टीममधल्या एकाकडे झपझप चालत आला आणि म्हणाला की, आता आम्ही जाऊ शकतो. डझनभर पोलीस आमच्या पुढे निघतात... मशिनगन्स त्यांच्या खांद्यावरून पुढे तिरक्या लटकवल्या आहेत. आयुष आणि मी त्यांच्या मागे चालत राहतो. माझ्या काकांनी माझा हात घट्ट धरला. अझरची अम्मी जवळच मागोमाग होती. ती अझरबरोबर राहायचा प्रयत्न करत होती. तो तिच्या पुढे चालतोय. किंचित भांबावलेला वाटतोय तो. एका खिडकीतून मला बाहेरचं दृश्य दिसतं... बाहेर जनसागर उसळलाय... एकमेकांना धक्के देणारा, रेटारेटी करणारा. ते सगळे माझ्यासाठी आणि आमच्या सहकाऱ्यांसाठी इथे आलेत, यावर विश्वास बसावा म्हणून मी स्वत:लाच चिमटा काढते. बाहेरचे लोक एकमेकांना ढकलताहेत, एकमेकांच्या पायावर पाय देताहेत, शेकडो चेहरे दृष्टीस पडतात, केवळ मला बघायला मिळावं म्हणून... ओझरतं! काहीजण तर मार्गातल्या अडथळ्यावर किंवा आणखी कशावर तरी चढून बघताहेत... हा ऐतिहासिक क्षण चुकू नये म्हणून; आणि तो इतिहास 'आम्ही' घडवलाय!

सुरक्षारक्षक या सगळ्या जमावाला काबूत ठेवायचे निकराचे प्रयत्न करताहेत. त्यात बरेचसे बातमीदार देखील आहेत. कॅमेरे, माईक आणि हातभर लांब, मोठ्ठाल्या लेन्सेससह.

"अझऽऽर ! रुबिऽऽना !"

आम्ही विमानतळाच्या बाहेर येतो आणि कॅमेरे वेड्यासारखे लखलखू लागतात. प्रचंड ढकलाढकली होते. दहा दिशांनी माझ्या नावाचा गजर चाललाय, मी काहीतरी बोलावं याकरिता. काय बरं बोलावं मी? सांगण्यासारखं खूप काही आहे. मी इतकं काही पाहिलंय. कुणाकडे बघून स्मित करावं, कुठे बघावं आणि काय बोलावं हे न कळून आयुष आणि मी तनयवर आदळतो; पण तनय त्याच्या आजीला शोधण्यात गर्क आहे. तिने गर्दीमध्ये वर एक मोठ्ठा फलक उंच धरलाय त्यावर मोठ्या अक्षरात लिहीलंय, 'सुस्वागतम तनय!'

"इकडे बघा. स्माईल, प्लीज."

"रुबिना, अमेरिका कशी वाटली? कुणाकुणाला भेटलीस?"

"रुबिना, ऐकं. एक सेकंद फक्त."

ही मंडळी आमचा एखाद्या हिरोप्रमाणे जयघोष करताहेत. मातृभूमीवर पाऊल टाकल्यानंतर झालेल्या या स्वागतापुढे ऑस्करची बक्षिसं म्हणजे काहीच नाही. ती इतकी दूर गेल्यासारखी वाटताहेत. मला वाटतं, मी एखादं स्वप्नच प्रत्यक्षात जगतीय... अभिनेत्री होण्याचं स्वप्न! आयुष्यभर मी जे पाहात आले असं स्वप्न. मी जेमतेम नऊ वर्षांची असतानाच हे स्वप्न जवळजवळ साकार झालंय. एका हातानं मी माझा मऊ केसाळ टेडी बेअर धरून ठेवलाय, तो मी लॉस एंजलिसहून येताना

आणलाय. तर दुसरीकडे मी जणू शाहरूख खान असल्यासारखी लोकांना हात करतीय.

अझर तर अक्षरश: माकडचेष्टा करतोय. जोरजोरात हसतोय काय, हुर्रे म्हणून किंचाळतोय काय. 'स्टारडम' पुरेपूर उपभोगतोय. बरं झालं, फूटपाथवर दोन्ही बाजूंना दोर लावलेत. त्यामुळे निदान आम्ही आमच्या गाडीकडे जाऊ तरी शकतोय; पण सुरक्षायंत्रणेला गर्दी आवरणं अधिकाधिक कठीण होत चाललंय. काहीजण या दोरांखालून निसटून आम्हाला भेटायचा प्रयत्न करत आहेत. मी घाबरून माझे अब्बा कुठे दिसताहेत का ते बघते. टाचांवर उभी राहून मी माझ्या अब्बांचा त्या अफाट जनसमुदायात शोध घेते; पण व्यर्थ... मला ते दिसत नाहीयेत.

या दरम्यान काही माणसं आमच्या गळ्यात फुलांचे हारही घालताहेत आणि मग चहूदिशांनी बातमीदार त्यांचे माईक्स माझ्या तोंडासमोर धरतात; पण मला त्याबद्दल वाईट नाही वाटत. उलट मला 'स्टार' बनल्यासारखं वाटतंय. निर्मात्यांनी आम्हाला घरापर्यंत पोहोचवण्यासाठी भाड्याने घेतलेल्या देखण्या, काळ्या मर्सिडीजपर्यंत आम्ही पोहोचेपर्यंत गर्दी सगळा बंदोबस्त तोडून पुढे घुसते आणि एकच गलका होतो. सर्वत्र आरडाओरडा पण मला ते काय बोलताहेत ते काहीच उमगेनासं झालंय. मला ऐकू येतंय ते एवढंच, "रुबिना, प्लीज!" "एकच मिनिट!"

अझरला जमावानं हवेत उचलून घेतलं आणि अचानक तो दिसेनासा झाला. तितक्यात माझे अब्बा ओरडत माझ्याकडे आले. "रुबिना, मेरी जान! मेरी लाडली!" त्यांच्या मिठीत गुदमरून जाते मी. मला पाहिल्याबरोबर धक्काबुक्की करत ते पुढे वाट काढत, मानवी कडं तोडून माझ्यापर्यंत पोहोचले. माझे वडील आहेत असे त्यांनी पोलिसांना समजावून सांगण्याचा प्रयत्न केला; पण इतक्या गोंधळात पोलिसांनी काही लक्ष दिलं नाही –

"हाँ! आज तो सब रुबिना के अब्बा होना चाहेंगे।" पोलीस म्हणाले.

अब्बांनी मला जमिनीपासून एक मीटरपेक्षाही वर त्यांच्या बाहुंमध्ये उचलून घेतलं. अगदी घट्ट. मी तेथून आनंदाने जल्लोष करणाऱ्या गर्दीकडे बघतीय. मला खूप आनंद झालाय. मी प्रसिद्धीच्या लाटेवर कशी आरूढ झालीय याचं दृश्य इथून अजूनच सुंदर दिसतंय. अब्बांनी मला उचलून घेतलेल्या अवस्थेतच मी कारकडे पोहोचते. माझे चाचा अजूनही माझ्या जवळ आहेत. कुणीतरी गाडीचा दरवाजा उघडला आणि आम्ही त्या वातानुकूलित गाडीच्या मागच्या सीटमध्ये बुडून गेलो. खिडक्या लावल्या गेल्या. माझ्या नावाचा तो जयजयकार मागे रेंगाळतोय... मला अजून ऐकू येतोय. मला खुदकन हसू येतं. हे सगळं माझ्याकरता आहे या जाणीवेनं. एकीकडे नवल वाटत राहतं, मी खरंच इतकी मोठी चित्रपट अभिनेत्री झालीय का?

गाडीमध्ये एक 'आश्चर्य' माझ्याच प्रतीक्षेत आहे... मुन्नी – माझी सावत्र आई, माझी आत्या दिलशाद आणि माझ्या आजीची बहीण सगळ्याजणी आतमध्ये दाटीवाटीनं बसल्या होत्या. मी त्यांच्या मांडीवर उडी मारली आणि त्यांचे मटामट मुके घेतले. त्यांच्या डोळ्यांत दिसणारा अभिमान मला इतका आनंद देऊन जातोय.

मुन्नी, माझ्या नवीन गुलाबी ड्रेसकडे पाहते आणि त्याचं मऊ कापड हळुवारपणे हाताळते. हा ड्रेस मी लॉस एंजलिसमध्ये घेतला. माझं कार्डिगन सुद्धा गर्द निळ्या अशा माझ्या टाईट्सना साजेसा आहे. या नव्या ड्रेसमध्ये मी खरोखर अमेरिका रिटर्न्ड दिसते. मी अखंड बडबडत राहते... माझ्या अमेरिकावारीविषयी त्यांना सर्व काही सांगण्याचा प्रयत्न करते.

अझर त्याच्या अम्मीबरोबर दुसऱ्या मर्सिडीजमध्ये बसताना मला दिसला. गाड्या सुरू झाल्यावर देखील गडद काचांच्या खिडक्यांना चिकटलेले चेहरे आणि हात दिसत होते. आम्ही मुख्य रस्त्याला पोहोचेपर्यंत पत्रकार आमच्या मागे धावत होते. माझं डोकं गरगरू लागलं. मी माझ्या सावत्र आईच्या मांडीवर रेलून बसले... कारमधल्या शांत आणि थंडगार हवेत आरामात विसावण्याचा प्रयत्न करत; पण ही शांतता फार काळ टिकणारी नाही. माझे अब्बा, मला आगाऊ सूचना देतात. "अरी, तुम देखोगी... तू बघशीलच. घरी सगळे तुझी वाट बघतायत. सगळीकडे पत्रकार आहेत."

थोड्या वेळापर्यंत आमच्या गाडीच्या मागोमाग आमच्या संरक्षणार्थ पोलिसांची गाडी येत राहते. आम्ही बांद्र्याला माझ्या झोपडीत पोहोचल्यावर ते निघून जातील आणि मी माझ्या पूर्वायुष्याकडे परत जाईन. माझ्या छोट्याशा खोपटात पुन्हा शिरताना फार वेगळं वाटतंय....

काही दिवसांपूर्वीच, मी माझ्या घराच्या दसपट मोठ्या असलेल्या हॉटेलच्या खोलीत अझरबरोबर धावत होते... शर्यत लावत होते. इतक्या प्रशस्त खोल्या असू शकतात हे ही ठाऊक नव्हतं मला; पण मला एक कळलंय की माझं आयुष्य यापुढे पूर्वीचं राहिलेलं नसेल, ते बदलून जाणार आहे.

मी जे काही बघितलं आणि माझ्यावर जी ऐशआरामाची, कौतुकाची बरसात झाली त्यानंतर मी वस्तीतल्या त्या गलिच्छ रस्त्यांवर फिरायला फारशी उत्सुक नाहीय असं मला वाटतं; पण त्याचवेळी माझ्या मित्रमैत्रिणींना कधी एकदा भेटेनसं मला झालंय.

त्या लाल गालिच्यावर मला भेटलेल्या हॉलीवूडच्या तमाम नट-नट्यांविषयी त्यांना जेव्हा सांगेन, तेव्हा त्यांच्या चेहऱ्यावरचे भाव बघायलाही मी उत्सुक झालीय. माझ्या कल्पनेप्रमाणे अझरची मन:स्थितीदेखील अशीच असणार. तो आणि मी एकाच परिसरात राहतो. त्याची झोपडी या रस्त्याच्या पलीकडेच आहे.

तात्पर्य काय, आम्ही सिनेमात जी पात्रं रंगवली त्यांच्याशी आमची आयुष्यं खूपच मिळतीजुळती आहेत – 'आम्हा झोपडपट्टीतल्या मुलांचा झोपडीपासून चंदेरी दुनियेतले तारे बनण्यापर्यंतचा हा प्रवास!'

झोपडपट्टीतली मुलगी

माझं नाव रुबिना अली. माझा वाढदिवस केव्हा असतो मला माहीत नाही, माझ्या अब्बांनाही ते ठाऊक नाही. मला इतकंच ठाऊक आहे की मी नऊ वर्षांची आहे. बांद्रा येथील बाबा हॉस्पिटलमध्ये माझा जन्म झाला. तेव्हापासून मी बांद्राच्या पूर्वभागातील झोपडपट्टीत राहते. आमच्या वस्तीला 'गरीब नगर' म्हणतात. ती फार मोठी नाही, पण स्वतंत्रपणे ते एक छोटंसं शहरच आहे म्हणा ना. या परिसरातील इंच न इंच मला परिचित आहे. तो परिसर तितका मोठा दिसत नाही परंतु आमच्या वस्तीत एका चौरस किलोमीटरवर दहा हजार लोक राहतात. आमच्या झोपडपट्टीत एक खोपटं उभारणं म्हणजे एखादं कोडं रचण्यासारखंच असतं. कारण ते चित्रविचित्र वस्तूंनी बांधलं जातं. शक्य तितक्या सुबक रितीने एकत्र केलेले पत्र्याचे तुकडे, लाकडी फळ्या आणि प्लॅस्टिकची ताडपत्री यांनी सजवलं जातं. आम्ही उपलब्ध जागेचा प्रत्येक इंच वापरात आणतो. आमच्या छोट्या झोपड्या माझ्या अब्बांच्या किंवा काकांच्याही मालकीच्या नाहीत. ती सरकारी जमीन आहे. पण माणसं इथे वर्षांनुवर्षे राहत आहेत. हे माझं जग आहे. थोडसं ओबडधोबड... एखाद्या सिनेतारकेचं असतं तसं मात्र नक्कीच नाही.

या झोपडपट्टीमध्ये रेल्वेच्या रूळांना समांतर असा मुख्य रस्ता आहे. तो सर्व प्रमुख घडामोडींचं केंद्र... तो कायम माणसांनी फुललेला असतो. मुलं खेळत असतात, रेल्वे रूळावरून घाण आणि कचरा उचलत असतात. वृद्ध आणि तरुण मंडळी घोळके करून गप्पा मारायला, कंड्या पिकवत बसलेले असतात. वस्तीचे सर्व कार्यक्रम आणि उत्सव इथेच साजरे होतात. या रस्त्यावर रांगेनं न्हाव्याची दुकानं, चहाच्या टपऱ्या, वाण्याची दुकानं, व्हिडिओ-गेम्सची दुकानं आणि इतरही अनेक विक्रेत्यांचे स्टॉल्स आहेत जे रेल्वे रूळाच्या जवळ फळं, भाज्या, मांस

(माश्यांनी भरलेलं; पण एकदा शिजवलं की स्वादिष्ट लागणारं!) आणि तऱ्हेतऱ्हेचे खाद्यपदार्थ विकत असतात. काहीजण जमिनीवरच बैठक घालून अंडी किंवा मसाले घोंगडीवर विकायला ठेवतात. ही अशी जागा आहे जिथे सतत काहीना काही चालूच असतं. मी माझ्या मैत्रिणींबरोबर बराच काळ इथे खेळण्यात घालवते. या रस्त्याच्या उत्तरेला एक ओसाड जमीन आहे जिथे सगळा कचरा टाकला जातो आणि पूर्वेला रेल्वेस्टेशन जिथे मुंबईच्या उपनगरांमधून सगळ्या गाड्या येत असतात.

माझ्या मैत्रिणींबरोबर आणि इतर मुलांबरोबर आम्ही शिवाशिवी खेळायला तेथे जमतो. फिरणाऱ्या शेळ्या, मेंढ्या, कोंबड्याच्या मधे-मधे करत आणि बाहेर ऊन खात बसलेल्या लोकांमध्ये तडमडत इतर खेळही खेळत असतो.

क्वचितच एखादी मालगाडी अजूनही तिथून जाते आणि मग स्टॉल्स हलवण्यासाठी, वाळत घातलेले कपडे काढण्यासाठी एकच धांदल उडते. त्या रूळांवरून घाईघाईने सगळे बाजूला होतात. विशेषत: जमिनीवर झोपणारे वृद्ध लोक, याचा परिणाम म्हणून काही अपघात झालेले देखील मी पाहिलेत. झोपडपट्टीची मागली बाजू सर्वात बकाल आहे. सांडपाण्याची ओघळ, विष्ठा आणि घाणीने बरबटलेली आहे. तिथे कुणीही चालू शकत नाही. आम्ही काही विटा आणि फळ्या त्यावर टाकून पलीकडच्या कोरड्या जमिनीकडे जाण्यासाठी रस्ता बनवला आहे. शिवाय तिथे काही मीटर उंच चिखलाचा डोंगरही आहे. त्यावरसुद्धा कोरडा कचरा आणि मानवी विष्ठा विखुरलेली दिसते.

मुख्य रस्ता सोडून लगेच अरुंद गल्लीबोळात शिरलो की, पत्र्यांची छपरं असलेल्या घरांच्या भुलभुलैय्यात आपण अडकतो. तिथे आल्यावर प्रत्येक गोष्ट काळोखी आणि दमट होऊन जाते. काळकुट्ट पाणी घेऊन वाहणारी गटारं आणि त्यावर उड्या मारणारे किडे यांनी निम्मा बोळ व्यापलेला असतो.

अस्थिर, डगमगणारे फुटपाथचे दगड आणि प्राण्यांची विष्ठा यामुळे इथे पाऊल ठेवताना सांभाळूनच ठेवायला हवं; पण मला त्याची सवय झालीय. मात्र मी बऱ्याच लहान मुलांना या गटारांमध्ये पडताना पाहिलंय. आम्हाला ते फार मजेशीर वाटतं. या वस्तीतील बहुतेक घरांची दारं उघडी असतात. खिडकीही नसलेल्या एका सिंगल रूममध्ये राहणारी सात-आठ माणसं या उघड्या दारातून दिसू शकतात. त्यांचे खाणे-पिणे, झोप, अंघोळ सगळे या खोलीत होते.

झोपडपट्टीत खाजगी आयुष्य नसतं. प्रत्येकजण दुसऱ्या बरोबर राहत असतो. केवळ माणसेच नाही तर प्राणी, अगदी ढेकणांबरोबर सुद्धा. शिवाय प्रत्येक झोपडीत घुशी, झुरळं, डास असतातच, मोठ्या संख्येनं!

मी खूप लहान होते तेव्हा मला वाटायचं मुंबई केवळ सगळ्या झोपडपट्ट्यांची

मिळूनच बनलीय... उकिरडे, गटारं, नाले, सांडपाणी, साचलेलं पाणी आणि डुगडुगती घरं. नंतर आमच्या जुन्या ब्लॅक अॅन्ड व्हाईट टी.व्ही.वरील मालिका आणि सिनेमे पाहून मला जाणीव झाली की, आपल्या झोपडपट्टीच्या बाहेरही एक जग आहे. आमच्या जुन्या टीव्हीवरील पडद्यावरची हलती चित्रं हे माझं या स्वप्ननगरीत टाकलेलं पहिलं पाऊल होतं. माझी बांद्र्यातील झोपडी मी आत्तापर्यंत दोनदाच सोडलीय – एकदा राजस्थानमधील अजमेर शरीफच्या दर्ग्याला यात्रेच्या काळात आम्ही गेलो होतो. तेव्हा मी तीन वर्षांची होते. आणि नंतर कोलकात्याला माझ्या सावत्र आईबरोबर गेलो होतो तेव्हा. बाहेर जाण्याची चैन बऱ्याच जणांना परवडत नाही. मला सुट्टीसाठी सदैव समुद्रकिनारी जावंसं वाटायचं किंवा बर्फ पहावासा वाटायचा.

मी बऱ्याच बॉलीवूड सिनेमांमध्ये पाहिलंय, नटनट्या अशा सुंदर ठिकाणी नाचत-बागडत असतात. मुंबईपासून दूर ज्याला सुट्टी म्हणता येईल, ती मला कधीच मिळाली नव्हती.

राजस्थान सहलीबद्दल मला फारसं आठवत नाही. कोलकात्याची सहल काही फारशी संस्मरणीय नव्हती. माझ्या सावत्र आईचं, मुन्नीचं माहेर असलेलं ते खोपटं आमच्या खोपटाहून वाईट होतं. तिथल्या झोपड्या अतिशय दारुण अवस्थेत होत्या. माणसं अक्षरशः ड्रेनेजच्या पाईप्समध्ये राहत होती. बऱ्याचजणांकडे स्वयंपाकासाठी स्टोव्ह देखील नव्हता, टीव्हीतर विसराच. त्याक्षणी पहिल्यांदा मला कळलं की, लोकं आमच्या वस्तीहूनही अधिक बकाल जीवन जगत असतात. मी छोट्या बाळांना रस्त्यावर, प्लॅस्टिकच्या छोट्या खोपटात झोपलेलं पाहिलंय.

मुन्नीच्या घरात राहत असताना मला जाणवलं मी अशा कित्येकांपेक्षा सुदैवी होते.

माझा शेजार म्हणजे मजेदार लोकांचं कडबोळं आहे. आमच्या घराच्या समोर एकजण राहतो. तो मला भला माणूस वाटत होता. पण सगळी मुलं त्याची टिंगल करतात. त्याला लडकी-लडकी अशा हाका मारतात. तो थोडासा मुलीसारखा चालतो आणि रस्त्यावरील इतर मुलांबरोबर रमत नाही, रेंगाळत नाही. त्याचं लग्न होणार होतं. सर्व काही ठरलं होतं; पण एकाएकी त्याच्या मनाने घेतलं आपण हिजडा होऊ या. आता तो साडी नेसतो. सिग्नल्स जवळ भीक मागतो. कुणी त्याला हसलं तर रागाने पागल होतो आणि ओरडून त्या माणसाचा अपमान करतो.

मी ज्यांना अब्बा म्हणते, ते रफिक कुरेशी अली माझे वडील. उंच, काळीभोर मिशी आणि कुरळे केस असणारे. आपले पांढरे केस झाकण्यासाठी ते मेंदी लावून केस रंगवतात. दुसरा हेतू असतो, डोकं उन्हाळ्यात थंड राहावं. माझे वडील एक साधासरळ माणूस आहे. ते दारू पित नाहीत किंवा वस्तीतल्या इतर अनेकांप्रमाणे

विड्या-सिगारेटी ओढत नाहीत. बऱ्याच जणांनी मला सांगितलय की, मी बरीचशी माझ्या वडिलांसारखी दिसते. मी जेव्हा आरशात स्वत:ला बघते तेव्हा मला जाणवतं, माझे डोळे अब्बांसारखेच टपोरे गोल आहेत आणि भावदर्शीही. माझे वडील आणि आईदेखील माझ्यासाठी माझं सर्वस्व आहेत.

त्यांचा जन्म मुंबईत छत्तीस वर्षांपूर्वी धारावीच्या झोपडपट्टीमध्ये झाला. मुंबईतली ती सर्वात मोठी झोपडपट्टी आणि आमच्या झोपडपट्टीपेक्षा कितीतरी मोठी. आयुष्यातली पहिली काही वर्षे त्यांनी धारावीत काढली. ते सांगतात, तिथलं लहान मुलाचं आयुष्य फार कठोर होतं. मुलांना दरडावलं, धमकावलं जायचं आणि त्यांच्या जातीपातीवरून भेदभावही केला जायचा. त्यानंतर ते त्यांच्या आईवडिलांबरोबर आणि दोन मोठ्या भावांबरोबर त्यांच्या कुटुंबाच्या मूळ गावी केरळमध्ये राहायला गेले. माझे आजोबा पासपोर्टचे अर्जदार आणि प्रशासन या दोघांमध्ये एजंट म्हणून काम करायचे. त्यांचं काम असायचं पासपोर्ट मिळविण्याच्या प्रक्रियेला गती देणं आणि एखाद्या माणसाकडे पुरेशी कागदपत्रं नसतील तर त्याची व्यवस्था करणं. मी त्यांना बघितले नाही कारण ते वीस वर्षांपूर्वीच गेले. माझ्या दादीने त्यानंतर लवकर दुसरी शादी केली आणि ते कुटुंब शेवटी पुन्हा मुंबईला आले... बांद्राच्या पूर्वभागातील झोपडपट्टीत; जे माझं घर बनलं!

अब्बा पत्र्याच्या चार भिंतींमध्ये राहायचे, पाण्याचे नळ नाहीत किंवा वीजपुरवठा नाही. मला वाटतं ते आमच्यापेक्षा गरीब होते. त्यामुळे माझ्या अब्बांना लहानपणी कधी-कधी उपास घडायचा. माझ्यासारखंच त्यांनासुद्धा धारावीतल्या उर्दू भाषिक शाळेमध्ये पाठवलं गेलं. एक दिवस त्यांनी त्यांचं रहस्य मला सांगितलं – अभ्यासाचा त्यांना तिटकारा होता आणि ते नेहमीच तास बुडवायचे किंवा शाळेतून पळून जायचे... कशाला? तर मित्रांसोबत चकाट्या पिटायला. मुळाक्षरं आणि आकड्यांना त्याच्या लेखी फारसा अर्थ नव्हता. म्हणून ते वर्गात हजर असले तरी स्वत:च्या विश्वात रममाण असायचे.

त्यांनी कुटुंबाला आधार देण्यासाठी, आपल्या सावत्र वडिलांना मदत व्हावी याकरिता फार लवकर काम करायला सुरुवात केली. मोहिउद्दीन – माझ्या अब्बांचे वडीलभाऊ, आमच्या कुटुंबातील पैसे मिळवणारा पहिला मुलगा होते. त्यांच्या डोक्यात झोपडपट्टीत 'स्लम थिएटर' सुरू करण्याची कल्पना आली. म्हणून त्यांनी एक फिल्म प्रोजेक्टर भाड्याने घेतला आणि शेजाऱ्यांकडून पैसे घेऊन ते सिनेमाचे खेळ आयोजित करू लागले. गुलाम – मधला भाऊ आणि रफिक – माझे अब्बा बाराव्या वर्षी हातगाड्या ओढायचे. हातगाड्यांवर विटा/वाळूची ने-आण करायचे आणि थोडेफार पैसे मिळवायचे. नंतर अब्बांनी, अख्तर पठाण या सुताराकडे उमेदवारी सुरू केली. हा सुतार झोपड्या उभ्या करण्यासाठी मदत करतो. तसेच

खुर्च्या, टेबलं दुरुस्त करतो. अब्बांना त्यांच्याबद्दल फार कृतज्ञता वाटते. कारण त्याने या धंद्यातले सर्व बारकावे त्यांना शिकवले.

माझ्या वडिलांनी मला माझ्या आईबरोबर झालेल्या त्यांच्या पहिल्या शादीविषयी सांगितलं. हे सांगितलं तेव्हा मी फार लहान होते. खुर्शीदबरोबर विवाहबद्ध झाले तेव्हा ते अठरा वर्षांचे होते. खुर्शीद त्याच वस्तीत शेजारी राहणारी मुलगी. हे लग्न त्यांच्या सावत्र वडिलांनी जुळवून आणलं; मला जन्म देणारी माझी आई माझ्या अब्बांपेक्षा एक वर्षाने लहान आणि धार्मिक वृत्तीची मुसलमान होती. दोन्ही कुटुंबांनी आमच्या वस्तीच्या मुख्य रस्त्याच्या बाजूला मोठी मेजवानी आयोजित केली होती. माझे बरेचसे रिश्तेदार दूरदूरून त्या सोहळ्यास उपस्थित राहण्यासाठी आले होते. समारंभ दोन दिवस चालला. अर्थात ती काही सिनेमात दिसते तशी शादी नव्हती. त्यांनी फक्त मोकळ्या जागेवर एक तंबू ठोकला. तरीपण आमच्या वस्तीच्या दर्जाच्या मानानं ते लग्न उत्सवासारखंच धूमधडाक्यात साजरं झालं.

दहा महिन्यानंतर त्यांच्या पहिल्या मुलीचा जन्म झाला. पण ते बाळ दुसऱ्याच दिवशी अल्लाला प्यारं झालं. माझे वडील फार दुःखी झाले कारण त्यांना मुलं खूप आवडतात. त्यानंतर तीन वर्षांनी साना, माझी मोठी बहीण जन्मली... 'बाबा' हॉस्पिटलमध्ये.

त्यानंतर चार वर्षांनी माझा जन्म झाला. बारशाच्या वेळी अब्बांनीच माझं नाव निवडलं. या समारंभासाठी बाळाच्या जन्मानंतर चाळीस दिवसांनी सर्व कुटुंबीय, निकटचा मित्रपरिवार, एकत्र जमतात आणि प्रत्येकजण एक नाव सुचवतो. त्यानंतर अंतिम निर्णय घेण्याचे काम कुटुंबप्रमुखाचे असते. अब्बांनी तर अनेक सूचनांकडे लक्षही दिलं नाही. सुरुवातीपासूनच त्यांना अंतःकरणात जाणवत होतं की मला 'रुबिना' म्हणूनच हाक मारलं जाईल! मी एक वर्षांची असताना माझा भाऊ अब्बास या दुनियेत आला. अर्थात मला आठवत नाही कारण मी तान्हं बाळ होते त्यावेळी. पुढच्याच वर्षी आमची आई आम्हाला सोडून दुसऱ्याच कुणा माणसाबरोबर निघून गेली. अब्बा म्हणत, यामुळे काही खूप मोठं नुकसान वगैरे झालं नाही. कदाचित खरंच ती आमची योग्य काळजी घेत नव्हती आणि त्यांना कायम धमक्या देत राहायची... मी दुसऱ्या कोणासाठी तरी घर सोडून जाईन अशा. त्यांच्यात खूप भांडणं व्हायची म्हणून अखेरीस एके दिवशी अब्बांनी तिला निर्वाणीचं सांगितलं, "ठीक आहे. जा निघून!" आता तिने दुसऱ्याशी पुनर्विवाह केलाय. तो अर्थातच मुसलमान नाही आणि पनवेलच्या झोपडपट्टीत राहतो.

अब्बांनी मला सांगितलं तिला आम्हाला पुन्हा भेटायचं होतं. परंतु त्यांनी नकार दिला. कारण ती चांगली आई नव्हती, नाहीतर ती आम्हाला अशी टाकून गेलीच नसती. म्हणून तर माझ्या मनात तिच्या काहीही आठवणी नाहीत. मला हे देखील

ठाऊक आहे की, ती आम्हाला भेटायला खूपदा आली. पण प्रत्येकवेळी माझ्या अब्बांनी तिला हाकलून दिली. ''तू माझ्या मुलांची कधीच चांगली काळजी घेतली नाहीस, तेव्हा त्यांना भेटायची तुझी लायकी नाही. चालती हो इथून !''

जेव्हा जेव्हा ती आमच्या शेजारी आली तेव्हा मी तिला इतर पुरुषांशी बोलताना आणि खिदळताना बघितले होते.

वेगळं झाल्यावर माझ्या अम्मीनं ते घर सुमारे सत्तर हजार रुपयांना विकलं आणि आम्ही दादीच्या (वडिलांची आई) घरी स्थलांतर केलं. ती दुसऱ्या मजल्यावर राहायची. ती खोली आमच्या पूर्वीच्या खोलीपेक्षा मोठी होती. उंचावर राहण्याचा फायदा हा असतो की, तुम्हाला पुराने वेढण्याचा धोका संभवत नाही. पावसाळ्यात इथे हा धोका नेहमीच असतो. गटारं तुडुंब भरून वाहतात, त्यातलं काळंमिट्ट घाण पाणी तळमजल्यावरील घरांवर आक्रमण करतं आणि त्याची दुर्गंधी भयानक असते. जरी तुम्हाला त्याची सवय झाली असली तरी ते खरंच उबग आणणारं असतं. तीन वर्षांपूर्वी माझ्या चाचा-चाचीच्या घरात दीड मीटरपर्यंत पाणी चढलं होतं. मुंबईत पूर आला होता आणि दिवसरात्र पाऊस कोसळत होता. प्रत्येकजण आपापल्या घरात थांबला होता. पाणी घोट्याइतकं येईपर्यंत; या आशेनं की पाऊस थांबेल. बिछाना, गाद्या आणि फ्रीजसकट सगळ्या वस्तूंचं नुकसान झालं. इतकी घाण झाली होती. पाणी सर्व प्रकारची घाण पोटात घेऊन पसरत होतं. भिजलेल्या साऱ्या वस्तू फेकून द्याव्या लागल्या. नंतर जेव्हा पाणी ओसरू लागलं, तेव्हा किळसवाणे काळसर ओघळ भिंतींवर राहिले. ते पुन्हा पुन्हा घासावे लागत होते.

जमिनीपासून उंच असण्याव्यतिरिक्त माझ्या दादीचं घर इतर घरांसारखंच होतं... मिळेल त्या सामग्रीनं बनवलेलं! प्रमुख खोलीत एक जुना पडदा टांगला होता; खोली विभागल्याची खूण म्हणून. तिथेच आम्ही जमिनीवरच्या बेसिनवर भांडी घासत असू. काही पेट्यांवर ठेवलेल्या लाकडी फळ्यांवर दादी स्वयंपाक करायची. भिंतीवरच्या फळ्यांवर पेले आणि पत्र्याच्या थाळ्या मांडून ठेवल्या होत्या. आम्ही आमचे कपडे एका मोठ्या कपाटात ठेवत असू. झोपायला कापडाच्या गाद्या, फरशीवर पसरल्या जात आणि तिथं आम्ही खेटून झोपत असू. त्या छोट्याशा खोलीमध्ये आम्ही सहाजण झोपायचो. मी, साना, अब्बास,अब्बा, दादी आणि गुलाम चाचा, ज्यांची शादी झाली होती, पण त्यांची मुलं आणि बायको त्यांना त्यांच्या दारूच्या व्यसनामुळे सोडून गेली होती. ते आमच्याजवळ राहात. काही रस्ते सोडून माझे दुसरे चाचा मोहिउद्दीन त्यांची बीबी दिलशाद, बेटी रुक्सर बरोबर राहायचे. ती त्यावेळी अकरा वर्षांची होती आणि माझा चुलतभाऊ मोहसीन सात वर्षांचा होता.

माझी आई नसल्यामुळे, माझे अब्बा आमची काळजी घ्यायचे. पण त्यांच्या

कामापायी त्यांना या गोष्टींसाठी फारशी सवड मिळायची नाही. तेव्हा दादी आणि सानानं आम्हाला मोठं केलं; त्या आम्हाला अंघोळी घालायच्या, आमची दुपटी बदलायच्या, दुधाच्या बाटल्या तयार करायच्या. यावेळी माझा भाऊ आणि मी स्वत:चं स्वत: बघण्याइतके मोठे नव्हतो.

दादी पहाटेच पाणी भरण्यासाठी उठलेली असायची. सुदैवाने खालच्याच मजल्यावर नळ होता. त्याचं पाणी ती इतर शेजाऱ्यांबरोबर वाटून घ्यायची. झोपडपट्टीत पाणी मिळणं हे फारच जिकिरीचं असतं. पाणी पहाटे पाच ते सकाळचे दहा याच वेळात येतं. रांगा लावण्यासाठी खूपच लवकर उठावं लागतं आणि दुसऱ्या दिवसापर्यंत पुरेल इतकं पाणी भांड्यांमधून साठवून ठेवावं लागतं.

त्यानंतर दादी मस्कापावचा किंवा अंडाभुर्जीचा ब्रेकफास्ट बनवायची. मस्कापाव हा माझा एक आवडता पदार्थ आहे. आम्ही सात वाजायच्या अगोदरच उठायचो, दात घासून सगळे एकत्र चहा प्यायचो. नंतर माझे अब्बा कामासाठी नऊच्या सुमारास घर सोडत. मुख्य चौकामध्ये ते त्यांची सुताराची अवजारं घेऊन ग्राहकांची प्रतीक्षा करत उभे राहायचे. त्यांच्यापासून थोडी बोळकांडी सोडून गुलामचाचांची चहाची टपरी होती. ते तिथं ग्राहकांची वाट बघत. त्या दरम्यान माझी मोठी बहीण साना आणि मी शक्य तितक्या लवकर घरातून पळ काढत असू. रस्त्यावर खेळण्याची ही माझी दिवसातली आवडती वेळ असायची आणि स्वत:ला रमवण्यासाठी मी नित्य नवे खेळ शोधून काढायची. बहुतेक वेळा मी माझ्या वयाच्या मुलींबरोबर खेळत असे. पण काही वेळा आम्ही मुलांविरुद्ध टोळी बनवायचो आणि त्यांना विटीदांडूमध्ये किंवा शर्यतीमध्ये पराभूत करण्याचा प्रयत्न करायचो. मला मेनरोडवर आणि रेल्वेच्या रूळांवर पडलेल्या कचऱ्यातून काहीतरी उपयुक्त वस्तू बनवायलाही आवडायचं. इथे आम्हाला तुटलेल्या बांगड्यांचे चित्रविचित्र तुकडे, पेट्या, कापडाचे तुकडे असं काय काय मिळायचं. मग आमच्यामध्ये स्पर्धा लागायची कोण सर्वात उत्तम (?) वस्तूंचा शोध घेतोय याची. मला असे खेळ फार फार आवडायचे.

मी चार वर्षांची आणि साना आठ वर्षांची झाल्यावर, माझ्या अब्बांनी आम्हाला शाळेत पाठवायचं ठरवलं. माझे मित्रमैत्रिणीं शाळेत जात नसत. परंतु अब्बा मात्र आम्ही उर्दू लिहा-वाचायला शिकावं यासाठी खूप उत्सुक होते. ते म्हणत, ही भाषा फार फार वर्षांपूर्वी दिल्लीतल्या मुसलमान राज्यकर्त्यांनी प्रचारात आणली आणि आज ही भाषा भारतातल्या महत्त्वाच्या भाषांपैकी एक आहे. कुराणसुद्धा उर्दूमध्ये लिहिलं आहे आणि लोकांना ही भाषा शिकावीशी वाटते त्याचं तेच कारण आहे. माझ्या अब्बांनी मला सांगितलं की, उर्दू आणि हिंदीमध्ये खूप शब्द सामायिक असल्याने ती शिकणं अजूनच सोपं जातं. त्यांनी आम्हाला स्थानिक उर्दू नगरपालिकेच्या शाळेत दाखल केलं.

आम्ही दररोज सकाळी पायी जायचो. वर्ग सकाळी सात ते दुपारी एक वाजेपर्यंत भरायचे. सुरुवाती सुरुवातीला शिक्षकांकडे लक्ष देण्यात मला गंमत वाटायची; पण लवकरच मला त्याचा कंटाळा येऊ लागला. मी माझ्या वडिलांसारखीच होते. ते लहानपणी असेच होते. अभ्यासावर लक्ष केंद्रित करणं मला त्रासदायक वाटायचं आणि एकच इच्छा होती – मजा करणं. माझ्या अभ्यासावरून जेव्हा जेव्हा माझे वडील मला रागवायचे तेव्हा तेव्हा मी सांगायची, "मै आप पर हूँ। मुझे स्कूल अच्छा नहीं लगता।" या वाक्यावर ते नेहमीच खवळायचे.

संधी मिळाल्याबरोबर मी माझी सुटका करून घेत असे आणि वस्तीतल्या रस्त्यांवर माझ्या मैत्रिणींच्या खेळात सामील व्हायला जात असे. कधी कधी शाळा सुटण्याचीसुद्धा वाट पाहायची नाही मी. सरळ शाळेला बुट्टी मारायची. दुपारी घरी जेवायला आले की, माझी दादी माझ्या गणवेशावरील चिखलाच्या डागांवरून मी कुठून येते याचा तत्काळ अंदाज बांधायची. डार्क निळा स्कर्ट, पांढरा ब्लाऊज आणि घोट्यापर्यंत मोजे आणि काळे बूट हे काही घाणीत आणि धुळीत खेळण्यासाठी योग्य कपडे नव्हेत. पूर्वी माझे केस कमरेपर्यंत लांब होते. पण माझ्या दादीनं ते कापून छोटे केले. कारण कडक उन्हाळा होता आणि मी सदैव खेळून घाण व्हायची. मला फार वाईट वाटलं आणि अगदी विचित्रही, कारण मी माझ्या लांबसडक केसांवर खूप प्रेम करायची.

"तुला काय वाटतं, धुळीत कुस्ती खेळायचे कपडे आहेत हे? आणि आता हे सगळं कोण धुणार?" शेजारी जेव्हा माझ्या उनाड, कामचुकार वागण्याविषयी दादीकडे तक्रार करायचे तेव्हा माझी दादी फार संतापायची. त्यातल्या बऱ्याच जणांबरोबर मी हुज्जत घालायची. त्यांना सांगायची, त्यांनी माझ्या भानगडीत नाक खुपसू नये. पण झोपडपट्टीत प्रत्येकाला कुचाळक्या करायला आवडतं. कारण येथील रहिवाशांची ही सर्वात मोठी करमणूक असते.

माझ्या दादीनं मला कधी तिला घरकामात मदत करायला सांगितलं नाही. त्याबाबत मी सुदैवी होते. कारण मला घरकाम करायला कधीच आवडलं नाही. अब्बा कामासाठी म्हणून दिवसभर बाहेर असत. त्यामुळे माझ्यावर लक्ष ठेवायला कुणीच नसायचं. याचा परिणाम म्हणजे पक्ष्यासारखी, मी हवं तसं वागायला स्वतंत्र होते. दुर्दैवाने मी जे काही करायची ते शेवटी माझ्या अब्बांच्या कानांपर्यंत जायचंच!

"रफिक, तुझी मुलगी पुन्हा तिथे गेली आणि तिने तेच केलंय."

"आता काय केलंय तिनं?"

"तिनं माझ्या मुलीला मारलं. या आठवड्यात हे दुसऱ्यांदा झालंय."

"अच्छा? मी तिला रागावेन."

मी काही स्वभावाने आक्रमक नव्हते, पण माझा बचाव करायला मी मुळीच मागेपुढे पाहत नसे. मुली असोत किंवा मुलगे, त्यांनी जर मला शिव्या दिल्या किंवा मारलं तर मी त्यांच्याशी मारामारी करायची. मला उगीच लोकांकडून मार खायची हौस नाही. जिला मी बदडून काढायची त्या मुलीने मला मारून स्वत: भांडण सुरू केलेलं असायचं. मी केवळ तिला प्रत्युत्तर म्हणून ठोसा लगावायची. बरेचदा ती सगळी मस्तीच असायची. मला लोकांना घाबरून सोडायला आवडतं – अगदी मोठ्यांनाही. त्यांच्या पाठीवर उडी मारून नंतर मी त्यांच्या माना घट्ट पकडते... उद्देश असतो शक्य तितका वेळ लोंबकळत राहायचं!

मी माझ्या खेळातल्या सवंगड्यांशी भांडायची ते अब्बांना आवडायचं नाही. दादीलाही नाही, पण ती फार वेळा कधीच ओरडली नाही. तिने शिस्त लावण्याचा प्रयत्न केला तरी तिनेच मला बिघडवलं होतं आणि वास्तविक नेहमी आमचीच हुकुमत तिच्यावर चालायची. मी तिला चिकन-बिर्याणी किंवा दही आणि रस्सा-भात अशासारखे माझे आवडते पदार्थ करायला सांगायची. ती सरतेशेवटी शरण यायची. पण अब्बा कामावरून घरी आल्यावर माझ्या मूर्खपणाची तक्रार त्यांच्याकडे ती आठवणीने करायची. ते खरोखर चिडले की मग मला रागवायचे. माझं शाळा बुडवून पळून येणं, चिखलात खेळून घाण होणं त्यांना मुळीच सहन व्हायचं नाही.

त्यांनी मला गोट्या खेळायलासुद्धा बंदी घातली होती. हा खेळ माझ्या आवडत्या खेळांपैकी एक. किंबहुना झोपडपट्टीतल्या जवळपास सर्व मुलांचा आवडता खेळ. हा आमच्या वस्तीचा खेळ आहे. आम्ही मुलं क्रिकेट इतक्याच उत्साहाने गोट्या खेळतो. क्रिकेट हा वस्तीतला दुसरा लोकप्रिय खेळ. प्रत्येक मुलाकडे काही गोट्या असणारच – मग त्या लहान असोत किंवा मोठ्या. रंगीबेरंगी वा चमकदार गोट्यांची अदलाबदल करणे हा काही मुलांसाठी 'पूर्ण वेळचा व्यवसाय' असतो. गोट्या खेळताना लक्ष्य असणाऱ्या गोटीचा, आम्ही मधले बोट आणि एक गोटी बेचकी म्हणून वापरून वेध घेतो. माझा नेम अगदी अचूक आहे आणि मी नेहमी जिंकते.

सपाट मैदान, जिथे कचरा किंवा उकिरडा नाही अशा जागा आमच्या वस्तीत फारच कमी असल्याने आम्ही मेनरोडच्या टोकाला एक ठिकाण हुडकून काढले होते. तिथे सपाट आणि स्वच्छ जमीन होती. कचरा नव्हता. हा कोपरा आमच्या गोट्यांच्या खेळासाठीची रणभूमी होती. या ठिकाणी दिवसभर कुणीना कुणी खेळत असायचंच आणि बाकीची मुलं गट करून आपल्याला खेळण्याची कधी संधी मिळते याच्या प्रतीक्षेत असायची. अडचण इतकीच होती की, सर्वोत्तम जागा पटकवण्यासाठी आम्ही हात टेकून बसण्यात कधीच संकोच केला नाही. वेगळं सांगायची जरूर नाही, दीर्घकाळपर्यंत स्वच्छ राहणं अशक्यच होतं.

"मी हे काय ऐकतोय रुबीना? तू पुन्हा क्लास बुडवलास?"

"मी तुला गोट्या खेळताना आणि रूळाजवळ काहीतरी रस्त्यावरचं घाणेरडं खाताना पाहिलंय."

"पण मला शाळेत जाण्यापेक्षा खेळणंच अधिक आवडतं."

"बस्स ! खूप झालं."

"अब्बा, अब्बा"

"शाळा सुटल्यावर खेळायला तुझ्याकडे भरपूर वेळ असतो आणि या शिवाय, ते काही कपडे मळवण्याचं कारण नाही. तुझा मूर्खपणा सुधारण्याखेरीज दादीला बरीच कामं उरकायची असतात. जमिनीवर लोळणं थांबव म्हणून मी तुला कितीदा सांगायला हवं? ते चांगलं नसतं आणि याचा परिणाम म्हणजे तू एक दिवस आजारी पडशील."

"ठीक है। आगेसे ऐसा नहीं होगा।"

अब्बांनी त्यांचा आवाज चढवला की, मला फार वाईट वाटायचं आणि ते येऊन माझी समजूत काढेपर्यंत मी रुसून कोपऱ्यात जाऊन बसायची. ते माझ्या पोटाला गुदगुल्या करायचे, त्यांच्या पायावर घेऊन मला हवेत उडवायचे आणि सगळं विसरायला व्हायचं. अब्बा मोठ्या आवाजात गुरगुरतात. पण त्यांचा राग फार काळ टिकत नाही. फक्त एकदाच त्यांनी मला थप्पड मारली होती. तेव्हा त्यांनी मला चिखलात बरबटलेले पाय घेऊन घरी येताना पाहिलं होतं. मी चपला न घालता बाहेर गेले होते. आमच्या वस्तीत अनवाणी चालायची कुणाची हिंमतच होणार नाही –तुंबलेलं पाणी, लहान मुलं त्यातच शू करतात, माणसं थुंकत असतात, कुत्र्यांची, शेळ्यांची लेंडकं आणि इतस्तत: विखुरलेले पत्र्याचे तुकडे... या साऱ्यातून अनवाणी चालणं जरा धोकादायकच आहे. अर्थात मला याची जाणीव होती. पण त्यावेळी माझ्या एका मैत्रिणीचा नवीन ड्रेस पाहायला जायच्या घाईत होते मी. झोपडपट्टीमध्ये कुणी काही नवीन आणलं की, ते मित्रांना आणि शेजाऱ्यांना दाखवून रुबाब करावाच लागतो!

मलासुद्धा माझा मेकअप, दागिने आणि कपडे माझ्या मैत्रिणींना दाखवायला मनापासून आवडतं. त्यांच्या डोळ्यांतली ती असूया पाहते ना मी, तेव्हा त्या गोष्टी अधिक मौल्यवान आणि सुंदर होतात. हे मला कबूल करायला हवं.

आठवड्यातून एकदा माझे अब्बा आम्हाला मशिदीत सुद्धा पाठवायचे – अरेबिक शिकायला. त्याची महिना दहा रुपये फी होती. आम्हाला एका खोलीत बसवत. मुली एका बाजूला, मुलं दुसऱ्या आणि आम्ही कुराणातली एक प्रार्थना मोठ्याने वाचायचो. अब्बांना वाटायचं की, आम्हाला तो पवित्र ग्रंथ वाचता येणं हे महत्त्वाचं आहे. अब्बा फार धार्मिक आहेत. दर शुक्रवारी मशिदीत जातात. अगदी

खूप कामात असले तरी ते नमाज पढायला वेळ काढतात. घरी त्यांनी राजस्थानच्या अजमेर शरीफचा एक फोटो टांगलाय. ते आमच्या कुटुंबाचे धर्मगुरू होते. अब्बा प्रत्येक जुलै महिन्यात त्यांच्या दर्ग्याजवळ ध्यान करायला जातात.

त्या काळात मशिदीत शिकवल्या जाणाऱ्या धड्यांमधून मी बऱ्याच विस्मयकारक आणि कुतूहलपूर्ण गोष्टी शिकले. उदाहरणार्थ एखादा माणूस मेला आणि तो जर मुसलमान असेल तर त्याला/तिला थडग्यामध्ये पुरलं जातं. हिंदूंमध्ये मात्र दहन केलं जातं. तुम्ही जर खोटं बोललात तर अल्ला तुमचं पालीत रूपांतर करतो आणि चोरी केलीत तर तुमची रवानगी थेट नरकात! या गोष्टी सहजतेने घेण्यासारख्या नव्हेत. वस्तीमधले लोक फार अंधश्रद्धाळू असतात आणि मी देखील या गोष्टींवर विश्वास ठेवते.

आमच्या वस्तीमध्ये आमच्या जवळच राहणारी एक पंधरा वर्षांची मुलगी होती. एका शुक्रवारी शाळा सुटल्यावर ती घरी गेली. तिची आई बिछान्यात कुराणचा पाठ वाचत होती. ती तिला म्हणाली ''हात धुवून ये आणि माझ्याबरोबर कुराण वाच.''

मुलगी थकली होती आणि तिला काही कुराण वाचायचं नव्हतं. तिनं टीव्ही पाहायला सुरुवात केली आणि आईकडे लक्ष नाही दिलं.

बिछान्यात पाय पसरून म्युझिक व्हिडिओ पाहात असताना त्या मुलीचा पाय चुकून त्या पवित्र ग्रंथाला लागला. दुसऱ्याच क्षणी तिची त्वचा विचित्र रंगाची झाली आणि त्वचेला भेगा पडू लागल्या. तिचा चेहरा आणि शरीराचं मोठ्या पालीत रूपांतर होऊ लागलं. काही मिनिटातच तिचं मादी पालीत परिवर्तन झालं. तिच्या अम्मीला धक्काच बसला. ती खूप भेदरली, आरडाओरडा करू लागली आणि काही मिनिटांतच सगळी वस्ती तिथे गोळा झाली. खूप डॉक्टर्स आले पण कुणीच तिच्यावर उपचार करू शकले नाही.

तिच्या आईला तिला म्युझिअममध्ये द्यायचं होतं. पण ती मुलगी नंतर थोड्याच दिवसात मेली. वर्तमानपत्रांतही या अक्रिताची चर्चा होत राहिली. ही मस्करी नाही हं! एक मात्र खात्रीने सांगू शकते ही गोष्ट ऐकल्यावर वस्तीमधल्या बऱ्याच मुलांना आणि मलाही भयंकर स्वप्नं पडायची. आम्ही प्रचंड घाबरलो होतो. मी कित्येक दिवस झोपू शकले नाही. तेव्हापासून मी कुराणाचा आदर करण्याविषयी फार जागरूक असते आणि कधीच खोटं बोलत नाही. तसं कधी-कधी मी खोटं बोलते, पण ते किरकोळ खोटं असतं. विशेषत: मला अब्बांकडून काही पैसे हवे असतील किंवा त्यांच्या रागापासून स्वत:ला वाचवायचं असतं अशा वेळी.

''अब्बा मला दहा रुपये देऊ शकाल?''

''कशासाठी?''

“माझ्या पिगी बँकेमध्ये काही पैसे साठवायचेत मला.”

“आणि मला फ्रेंडच्या बर्थडेसाठी मसाला चिप्स घ्यायचेत.”

माझे दिवस काहीना काही चरण्यात सरतात... मी दिवसभर काहीना काही खातच असते – शेंगदाणे, बिस्किटं, चॉकलेट्स, मसालेदार पदार्थ, मीठ लावलेल्या कैऱ्या किंवा पाणीपुरी. वस्तीच्या कोपऱ्या-कोपऱ्यावर हे खाद्यपदार्थ तुम्हाला स्वस्तामध्ये मिळू शकतात. त्यामुळे जेवायच्या वेळेला मला भूक नसते; अगदी दादीनं माझी आवडती चिकन-बिर्याणी बनवलेली असते तेव्हाही. कधीकधी मी जेवायची वेळच पूर्णपणे विसरून जाते. मी घरी आले नाही हे जेव्हा अब्बांना दिसतं तेव्हा ते कुणालातरी मला शोधायला पाठवतात आणि दाराच्या पायरीवर वाट पाहत बसून राहतात. “रुबिना, तू पौष्टिक जेवण घेतलं पाहिजेस. तू जर तुझा वेळ असं जंक फूड खाण्यात दवडलास तर मी तुला यापुढे मुळीच पैसे देणार नाही. समजलं?”

“होय, अब्बा.”

अर्थातच ताकीद दिल्या क्षणीच माझे अब्बा त्या धमक्या विसरतात. जोपर्यंत मी विनम्रपणे चांगल्या मुलीसारखी त्यांच्याजवळ मागणी करत राहते, ते मला नियमितपणे छोट्या-छोट्या रकमा देत राहतात. त्यांनी माझे लाड करून मला बिघडवून ठेवलंय आणि आता मला कशालाही नाही म्हणणं त्यांना जड जातं. साना फार संकोची, लाजाळू, साधी-सरळ आहे आणि तिच्या फारशा मागण्या नसतात. पण मी बिनधास्त असते आणि माझ्या गरजा बोलून दाखवायला अजिबात लाजत नाही.

“अब्बा, मला पाच रुपये देऊ शकाल?”

“हे घे पण इतकेच!”

“शुक्रिया, अब्बा।”

वाढत्या वयात साना आणि माझे संबंध ‘तुझ्यावाचून करमेना, घडीभर पटेना’ असे होते. कानातल्या रिंग्ज आणि नेलपॉलिशसारख्या छोट्या-छोट्या गोष्टींवरून आम्ही भांडायचो आणि एकमेकींच्या झिंज्या ओढायचो. कारण तिला तिच्या वस्तू कधीच दुसऱ्याबरोबर शेअर करायला आवडत नसे. साना कायम जमिनीवर असते. आणि मी? – माझं मस्तक कायम आकाशाकडे पाहणारं. त्यामुळे आम्ही दोघी स्वभावानं अगदी भिन्न आहोत; पण आम्हा दोघींना एकत्र आणणारी एकच गोष्ट होती. आमचं अब्बासवर, आमच्या छोटूवर असलेलं निरतिशय प्रेम. आम्ही त्याला नेहमीच खूप जपत असतो. मला वाटतं अब्बास बराचसा माझ्यासारखा आहे. त्याला जर कुणी काही करायचा प्रयत्न केला तर मी त्याच्याशी चांगली भांडते. त्याबाबत कधीच हयगय करत नाही.

वस्तीमधला माझा दुसरा टाईमपास म्हणजे सायकलवरून फिरणं – बांद्राच्या पूर्व भागामध्ये अझरचा चुलतभाऊ असलेला – सलमान नावाचा माणूस त्याची सायकल पाच मिनिटाला दोन रुपये या दराने भाड्याने देतो. माझ्या खिशात किती पैसे आहेत यावर मी किती सायकल चालवणार हे ठरतं. दहा मिनिटं, पंधरा मिनिटं किंवा अगदी अर्धा तास सुद्धा मी सायकल चालवते. मला पायडल मारत वस्तीमधून फेऱ्या मारायला अतिशय आवडतं. मात्र रस्त्यानं चाललेल्या शेळ्या आणि रस्त्यावरचे विक्रेते यांच्यातून तोल सांभाळत वाट काढणं हे फार अवघड असतं. जाताना मी शेंगदाणे किंवा बिस्किटं चघळत असते... हॅन्डलच्या बारला अडकवलेल्या बास्केटमध्ये मी ती ठेवलेली असतात. मला नेहमीच जमिनीवर बसलेल्या बायका आणि फेरीवाल्यांच्या शिव्या खायला लागतात... त्यांच्या कोंबड्या/ फळं/भाज्यांना माझा धक्का लागला तर, ''मरजानी, देखके चल! मेरे अंगुर खराब कर दिए।'' अशी शाबासकी ठरलेली! वस्तीमध्ये एकमेकांना शिव्या द्यायला कुणालाच काही वाटत नाही. पुरुष, स्त्रिया आणि अगदी मुलंसुद्धा दिवसभर एकमेकांवर ओरडत असतात. असं आहे इथलं जीवन.

सायकल चालवत नसते तेव्हा मी माझ्या मैत्रिणींबरोबर मेनरोडवर खेळत असते. रुबिना (माझ्या जिवलग मैत्रिणींपैकी एक),आसा, फना, सोहोन आणि लुक्झार आम्ही साऱ्या एकाच वयाच्या आहोत आणि मी आमच्या टोळीची प्रमुख आहे. रेल्वेमार्गाच्या जवळ असलेल्या मेनरोडवर एक तात्पुरते बांधलेले स्टेज आहे. ते धार्मिक कार्यक्रमांसाठी वापरले जाते. या स्टेजवर आमचे 'हेडक्वार्टर' थाटले आहे आणि इथेच आम्ही भेटतो. इथे आम्ही छोटी नाटुकली करतो किंवा गप्पा मारत बसतो. मला शेजारच्या वस्तीमधील इतर मुलांबरोबर लपाछपीचा खेळ खेळायलाही खूप आवडतं – खाद्यपदार्थ ठेवलेल्या दोन स्टॅण्डसच्यामध्ये, कचऱ्याच्या ढिगांमध्ये आणि अदृश्य कोपरे असलेल्या गल्लीबोळांमध्ये इतक्या आश्चर्यकारक जागा आहेत लपून बसायला! रात्रीचं जेवण करण्यापूर्वी घर-बैठे खेळ खेळायला आम्ही एकमेकींना बोलावतो.

रुबिना बरेचदा माझ्या दादीकडे येते आणि मग आम्ही कार्टून्स पाहतो. जेव्हा टी.व्ही नादुरुस्त झालेला असतो किंवा केबल कनेक्शन फुकट मिळावं म्हणून कुणीतरी आमची केबल वायर खेचतो आणि आमच्या केबलमध्ये अडथळे येतात असे दिवस मला मुळीच आवडत नाहीत. वस्तीमध्ये लोकं फुकटची वीज किंवा केबल मिळण्यासाठी वायर खेचायला मुळीच मागेपुढे पाहत नाहीत. यावरून नेहमीच भांडणं होतात आणि कधीकधी त्याचं पर्यवसान एकमेकांना शिव्या देण्यात आणि मारामारा करण्यातही होतं.

वर्षभर आमच्या स्टेजवर धार्मिक कार्यक्रम चालू असतात. त्यातला माझा

आवडता एक म्हणजे 'नयाझ.' अकरा दिवस रात्री उशिरापर्यंत तिथे प्रवचनं केली जातात आणि त्यानंतर खरोखर जे गरीब असतात अशा लोकांना अन्नदान केलं जातं. अल्लाच्या समीप जाण्यासाठी केलेला हा दानधर्म असतो. या सप्ताहात मी माझ्या मैत्रिणींबरोबर घराबाहेर राहायचं स्वातंत्र्य घेते. बहाणा असतो, प्रवचन ऐकण्याचा. पण आम्ही गप्पा मारतो, हसतो, खिदळतो, एकमेकींना ढकलतो, एकमेकींच्या खुर्च्या ओढतो. आमच्याकडे माणसं रागारागाने बघतात आणि ओरडतात सुद्धा. पण अशावेळी माझ्या मैत्रिणींना आणि मला अजूनच हसू फुटतं. वर्षातला दुसरा मला विशेष प्रिय असणारा काळ म्हणजे महत्त्वाच्या मुस्लीम सणांच्या सुट्ट्या... जेव्हा बहुसंख्येनं लोकं सणाचा आनंद घेण्यासाठी तीन दिवस उपस्थित राहतात. 'ईद-उल-झुहा' आणि 'ईद-उल-फित्र' हे माझे वर्षांतले आवडीचे कालावधी. वस्तीमध्ये यावेळी अक्षरश: जत्रेचं वातावरण असतं. अशा प्रसंगी माझे अब्बा बरेच उदार होतात. नेहमीपेक्षा मला अधिक पैसे देतात. नवे कपडे आणतात आणि 'ईदी' गोळा करण्यासाठी एखादवेळी नवी हॅन्डबॅग किंवा पर्स आणतात. बुजुर्ग लोकांनी ईदच्या सणाला मुलांना काही पैसे किंवा भेटवस्तू देण्याचा प्रघात आहे. प्रेमाचं प्रतीक म्हणून सगळ्या मुलांना ईदच्या दिवशी मोठ्यांकडून थोडेफार पैसे मिळतात. दूरचे नातेवाईक आणि आत्ये-मामे भावंडं भेटायला येतात आणि तासन्तास चालणाऱ्या मोठमोठ्या मेजवान्या आम्ही आयोजित करतो. घराघरातल्या स्त्रिया पहाटे लवकर उठून खाना पकवायला सुरुवात करतात आणि पुन्हा एकदा वस्तीमध्ये बिर्याणीचा आणि मसालेदार चिकन स्ट्यूचा खमंग वास दरवळू लागतो.

ईदमध्ये नेहमीची मरगळ टाकून वस्ती ज्या उत्साहाने नटते ते बघणं मला अतिशय आवडतं. सजावटी, रंगीबेरंगी दिवे, अन्नाचा सुवासिक दरवळ आणि सर्वत्र सलोखा आणि मैत्रीचे वातावरण. अख्खी झोपडपट्टी एक मोठा आनंदी सुखी परिवार बनते. सण-उत्सवांच्या काळात शेजारच्या वस्तीमध्ये 'फन-फेअर' असतं. त्यातल्या मेरी-गो-राऊंडवर बसायलाही मला माझे अब्बा पैसे देतात... एकाच नव्हे; अनेक फेऱ्यांसाठी. ते आम्हाला कॅन्डिज, आइसक्रिम्स, चटपटीत मसालेदार खाद्यपदार्थ (त्यात भरपूर चिंच असलेले) घेऊन देतात. अशावेळी मी खूप खूश असते. अगदी टी.व्हीच्या पडद्यावरील लोकांसारखी.

वय वर्षे नऊ अन्...

'टेलिव्हिजन' ही माझ्या आणि आमच्या वस्तीमधील इतरांच्या आयुष्यात घडलेली नक्कीच सर्वोत्तम गोष्ट आहे. मला आठवतंय तेव्हापासून मी त्याला खिळलेली असते आणि केबल आल्यावर गोष्टी अजूनच उत्तेजक आणि रंगीबेरंगी झाल्या. मी लहान असताना मला फक्त मिकी-माऊस आणि इतर कार्टून्स पाहायची असायची. मला अजूनही कार्टून्स आवडतात, विशेषत: 'डोअरेमॉन' आणि 'पॉकिमॉन.' माझ्या चुलत भावंडांबरोबर आणि चाचीबरोबर मी ती नियमित बघते. एकदा त्यांनी 'डोअरेमॉन' दूरदर्शनवर दाखवणं बंद केलं आणि माझी चाची इतकी नाराज झाली. ती म्हणजे एक लहान मूलंच आहे.

घरी आमच्याकडे जुना दूरदर्शन संच होता. त्यावरून साना आणि माझ्यामध्ये कायम वाद व्हायचे. साना कौटुंबिक मालिकांनी झपाटलेली होती आणि एकही भाग चुकवत नसे. चुकूनमाकून एखादा भाग पाहायचा राहून गेलाच तर काय घडलं ते शोधून काढायला ती तिच्या मैत्रिणीच्या घरी जायचे आणि त्या भागांचे पुनर्प्रक्षेपण सुद्धा पाहायची. मी चॅनेल बदलले की, आमचे आवाज चढायचे आणि आम्ही एकमेकींना मारत सुटायचो. माझ्या हातून रिमोट कंट्रोल सुटावा म्हणून ती मला ढकलायची, चिमटे काढायची आणि या सगळ्याची परिणती रडण्यात व्हायची. संपूर्ण झोपडपट्टीला सास-बहूंच्या मालिकांचं व्यसन लागलं आणि बायका त्यांच्या आवडत्या मालिकेची वेळ साधण्यासाठी दिवसाचंही नियोजन करू लागल्या. मी मोठी झाले तशी मीही या मालिकांची चाहती झाले. तेव्हापासून मी या मोहमयी, जादुई दुनियेचा घटक असल्याची स्वप्नं पाहू लागले.

"वो क्या चमचमती दुनिया है।" मी स्वत:शीच विचार करायची.

त्या दागिन्यांनी मढलेल्या देखण्या स्त्रिया आणि त्यांचे मेक-अप याकडे मी

आकर्षित झाले होते. त्यांच्या प्रेमकहाण्या, त्यांच्या आयुष्यातील इतर रोचक गुंतागुंत देखील मला मोहून टाकत. पण सिनेमाने माझ्यावर सर्वात जास्त प्रभाव पाडला. ते तीन तास मला सगळं विसरायला लावतात. त्यातली नाचगाणी, नाट्यमयता सगळं सगळं मला भावतं. हिरो खलनायकाशी फायटिंग करतो तेव्हा मी त्याला 'हुर्योऽ हुर्यो' करते, किंचाळते आणि शेवट गोड! गोड – या गोष्टीचा मला खूप आनंद मिळतो. सिनेमा पाहिल्यावर मी नेहमीच अधिक आशावादी बनते; माझंही जीवन असंच सुखी बनेल. सारं काही सुरळीत होईल ही आशा मला त्यातून मिळते.

अधूनमधून माझे अब्बा आम्हाला 'गेईटी गॅलक्सी'ला घेऊन जायचे... बांद्र्यातलं मोठं थिएटर. प्रत्येकासाठी ती मेजवानी असायची. आम्ही नेहमी पुढच्या रांगेतली तिकीटं काढायचो, कारण ती तितकीशी महाग नसतात. फक्त सिनेमा चालू असताना तुम्हाला करकोचासारखी मान उंच करून वरती बघायला लागतं. पण मी ते अजिबात मनावर घ्यायची नाही. खरंतर तो मोठा पडदा, सर्व बाजूंनी येणारा आवाज यामध्ये मी हरवलेली असायची. खास करून मला विनोदी, हाणामारीचे आणि प्रणयरम्य सिनेमे पाहायला आवडतात. माझी आवडती फिल्म आहे 'गजनी.' ज्यामध्ये आमिर खान आणि ती नवी सुंदर अभिनेत्री असिन हे दोघं इतके छान दिसतात आणि त्यातली गाणीही खरंच छान आहेत... त्यांच्या तालावर नाचता येईल अशी नसली तरी. आमिर खान, बॉलीवूडच्या सर्वात मोठ्या स्टार्सपैकी एक. या सिनेमात तो नायकाची भूमिका करतो. तो अतिश्रीमंत आहे, तर नायिका फार गरीब. ते प्रेमात पडतात आणि आता लग्न करणार इतक्यात एक गजनी नावाचा दुष्ट त्या स्त्रीला ठार मारतो आणि हिरोला जखमी करतो. त्यानंतर त्याला सगळ्या गोष्टींचं विस्मरण व्हायला लागतं. प्रत्येक गोष्टीचा अनुभव घेतल्या घेतल्या त्याला विसरायला होतं. तरीदेखील तो त्याच्या प्रेमाचा सूड घ्यायचं ठरवतो. सिनेमात काही हिंसक दृश्य आहेत परंतु मला ही प्रेमकथा उलगडून दाखवणारा फ्लॅशबॅक खरंच आवडला. एखाद्या थिएटरमध्ये भल्यामोठ्या पडद्यावर सिनेमा बघणं मंत्रमुग्ध करणारं असतं. असं वाटतं की, आपण त्या चित्रपटाचाच एक हिस्सा आहोत आणि हे सगळं आपल्याच बाबतीत घडतंय. पडद्यावर त्या पात्रांना जे वाटतं त्याच भावना माझ्याही मनात येतात आणि मग मी दु:खी बनते, आनंदी होते आणि रागावतेही.

सलमान खान मला नेहमीच आवडत आलाय. तो नुसता देखणाच नाही तर त्याचं शरीरही पीळदार आहे. प्रत्येक सिनेमामध्ये त्याचं एखादं तरी दृश्य असतंच ज्यामध्ये त्याचे बलदंड स्नायू दिसतात. सगळ्यांना ते दृश्य आवडते. आमच्या वस्तीमधल्या सगळ्या मुलांना त्याच्यासारखे स्नायू कमवायचेत. तो फार गमत्या

आहे आणि त्याच्या सिनेमातल्या माकडचेष्टा मला नेहमीच हसवतात. मी त्याचे जवळपास सगळे सिनेमे पाहिलेत. सर्वात शेवटचे होते 'युवराज' आणि 'पार्टनर'. मला विशेष आवडलेला त्याचा सिनेमा म्हणजे पार्टनर. ज्यात त्याची गर्लफ्रेन्ड कतरिना सुद्धा चमकलीय.

नट्यांविषयी सांगायचं तर प्रिती झिंटा माझं दैवत आहे. मला वाटतं ती जगातली सर्वात प्रसिद्ध नटी आहे. तिची गोरीपान कांती, हसली की तिच्या गालावर पडणाऱ्या त्या खळ्या बघून मला ती अप्सराच वाटते. मोठी झाल्यावर मला अगदी तिच्याचसारखं व्हायला आवडेल. मी पाहिलेला प्रिती झिंटाचा सर्वात शेवटचा सिनेमा होता 'क्रिश.' पण तिला या सिनेमात फारच नगण्य भूमिका होती. ती कहाणी आहे कृष्णाची. अफाट ताकद घेऊन जन्माला आलेला कृष्णा. ही ताकद त्याला त्याच्या वडिलांकडून मिळालेली. ते लहान असताना एका परग्रहावरील उडत्या तबकडीसारख्या दिसणाऱ्या एका विमानातून त्यांना भेट दिली होती. जगाला वाचवण्यासाठी; जे एका पागल डॉक्टरच्या वेडापायी धोक्यात आलंय. हृतिक रोशन यातला हिरो; सुपरहिरो क्रिश बनतो. नायिकेचं काम प्रियांका चोप्रानं केलंय. मला प्रियांका चोप्राचा अगदी अलीकडचा 'फॅशन' हा सिनेमा खूप आवडतो. तो मॉडेल्स आणि त्यांच्या जीवनावर आधारित आहे. मला कथासूत्र फारसे कळले नाही पण गीतं फार श्रवणीय आहेत. मी आणि माझी चुलत बहीण रुक्सर दोघींना या सिनेमातल्या एका गाण्याच्या तालावरील पदन्यास अगदी हुबेहुब जमतात... ते गाणं असंय – 'जलवा, ये है जलवा फॅशन का है ये जलवा।'

माझी चुलत बहीण रुक्सरबरोबर मी कितीतरी दुपारी पुष्कळ गाण्यांच्या नृत्याच्या पदन्यासाच्या नकला करण्यात घालवल्या. तिच्या आईवडिलांच्या घरी नसण्याचा आम्ही नेहमीच फायदा घेतो आणि टी.व्हीसमोर आमची तालीम करतो. कोणत्याही अभिनेत्रीसाठी चांगली नर्तिका असणं अतिशय महत्त्वाचं आहे. शिवाय नृत्यावर माझं तितकंच प्रेम आहे. माझी बहीण रुक्सर ही अतिशय चांगली नृत्यांगना आहे. तिने मला नाचातल्या कितीतरी स्टेप्स शिकवल्या आहेत. तिचं नृत्यावर विलक्षण प्रेम आहे. तिला काही अभिनेत्री व्हायचं नाहीय आणि तिची इच्छा असली तरी माझे काका-काकू तिला कधीच परवानगी देणार नाहीत. ती अठरा वर्षांची आहे आणि माझ्या काकूच्या म्हणण्यानुसार या वयाच्या मुली एकट्या-दुकट्या समाजात मुक्तपणे फिरू शकत नाहीत. मग नाच तर विसराच. वस्तीमधल्या सगळ्या मुली बहुतेक अठरा वर्षांच्या सुमारास शादी-शुदा होतात. तिथे मोठ्या मुलींसाठी फारसं सुरक्षित वातावरण नाही. मुलगे खरोखर दुर्वर्तनी, असभ्य असतात. ते मुलींकडे बघून शिट्ट्या वाजवतात, त्यांना चिडवतात आणि गलिच्छ शेरे मारतात.

पण वस्तीमध्ये माझ्यासारखी इतर कितीतरी लहान मुलं असतात. त्यांचं स्वप्न असतं फिल्मस्टार बनण्याचं. माझं म्हणाल तर मला माहीत होतं, मी एके दिवशी 'स्टार' होईनच.

माझ्या आत्याच्या खोपटापासून तीन घरं पलीकडे एक परवेश नावाचा मध्यमवयीन माणूस राहतो. तेल लावलेले काळे केस, काजळ घातलेले डोळे आणि ओठ लालभडक. कारण दिवसभर तो पान चघळत असतो. तो फारसं बोलत नाही आणि नेहमी थुंकत, पिचकाऱ्या मारत जात असतो. बॉलीवूडला लागणारी ज्युनियर आणि एक्स्ट्रॉ नटमंडळी पुरवणाऱ्या पप्पू भाईसाठी तो काम करतो. मी असं ऐकलंय की, त्याची माणसं सर्वत्र वेगवेगळ्या एक्स्ट्रॉजचा शोध घेत फिरत असतात – मोठी, लठ्ठ, लहान मुलं, कॉलेजचे विद्यार्थी आणि गौरवर्णीयसुद्धा!

एक्स्ट्रॉ मंडळींमध्ये जी लहान मुलं लागतात ती परवेश पुरवतो आणि काही वेळा निरनिराळ्या चित्रपटांमध्ये छोट्या भूमिकांसाठी आणि कोरसमध्ये दिसण्यासाठी मोठी मुलंसुद्धा पुरवतो. तो या उद्योगात गेली कित्येक वर्षे आहे. माझ्या चाचांचा तो फार चांगला दोस्त होता. त्यानं माझ्या चाचांना त्यांचा मुलगा मोहसीन, याला निवड चाचणीसाठी घेण्याचे वचन दिले होते. परंतु त्यानं त्याला डावलून दुसरीच मुलं निवडली. मोहसीन, फार चांगला नाच करतो तसंच तो दिसायलाही चिकणा आहे; पण परवेश असले डावपेच खेळण्यात तरबेज आहे. तेव्हापासून माझ्या चाचाला तो आवडेनासा झाला. पण कुणी त्याला काही बोलायची हिंमत करत नाही. कारण प्रत्येकाला आपण त्याच्या मर्जीतून उतरू नये असे वाटते. त्यांच्या छोट्यांसाठी त्यांना काम हवं असतं ना!

मी तीन वर्षांची असताना परवेशनं मला हेरलं. माझ्या अब्बांनी मला सांगितलं की, त्याला मी फार गोड मुलगी वाटे, त्यामुळे त्याने मला जाहिरातीत एक रोल दिला होता. ती एड्स रोगाविषयीची प्रबोधन मोहिमेची जाहिरात होती आणि मी सुनिल शेट्टी या अभिनेत्याबरोबर शॉट दिला होता. मला कॅमेऱ्यासमोरच्या माझ्या पहिल्या-वहिल्या दृश्याविषयी काही आठवत नाही. आता ही जाहिरात टीव्हीवर दाखवली जात नाही.

तो पुन्हा माझ्या अब्बांना २००७ च्या ऑक्टोबरमध्ये भेटला. यावेळी त्याने माझ्यासाठी सिनेमात काम करण्याची ऑफर आणली होती. मला अब्बांनी त्याविषयी सांगितलं, तेव्हा मी आनंदाने उड्या मारत होते – तो रोल अगदी छोटा असला तरी एका पूर्ण लांबीच्या सिनेमामध्ये नटाबरोबर अभिनय करण्याची संधी मिळणार होती याहून जास्त चांगल्याची मी कल्पनाच करू शकत नव्हते.

निवड चाचण्या झाल्यावर माझी निवड झाली. दुर्दैवाने त्याचं चित्रीकरण आमच्या शेजाऱ्यांच्या लग्नाच्या दिवशीच होते. नवरी मुलगी मला माझ्या दीदीसारखी

होती. मी जगातल्या कोणत्याही गोष्टीसाठी, अगदी सिनेमाच्या मोहानेसुद्धा तो लग्नसमारंभ चुकवला नसता. तिचं लग्न एकदाच तर होणार होतं. मला मनोमन खात्री होती की, सिनेमात अभिनय करायच्या बऱ्याच संधी मला मिळतील. हे काही फार मोठं नुकसान नाही, ही तर केवळ सुरुवात आहे. या विचाराने स्वत:चं सांत्वन करण्याचा प्रयत्न केला, पण तरीदेखील मला किंचित वाईट वाटलंच.

पण माझा अंदाज चुकीचा नव्हता. जेमतेम एक महिना उलटला असेल त्या गोष्टीला, परवेश पुन्हा आमच्या घरापाशी थांबला.

"नमस्ते रफिक."

"नमस्ते, कैसे आना हुआ?"

"रुबिनासाठी मी नवी ऑफर घेऊन आलोय. ही एक इंग्लिश फिल्म आहे. यातील काही भाग मुंबईच्या झोपडपट्टीमध्ये चित्रित होणार आहे. आणि निर्माते अशा वातावरणाशी परिचित असलेल्या मुलांचा शोध घेत आहेत."

मी अब्बांच्या जवळच बसले होते आणि तो काय बोलत होता त्यातला शब्दन्‌शब्द कानात साठवत होते. मी रोमांचित झाले. दुसऱ्या सिनेमाचा प्रस्ताव! मी आधी अस्वस्थ आणि मग अक्षरश: हर्षित झाले. या वेळेला मी काही झालं तरी हा प्रस्ताव हातचा जाऊ देणार नव्हते. माझे अब्बा माझ्याकडे वळले. मला वाटतं माझं हसू थांबतच नव्हतं.

"करेगी रुबिना?"

"हाँ अब्बा! प्लीज!"

"ठीक है, ठीक है।"

काही दिवसांनी परवेश मला घ्यायला आमच्या घराशी आला. पुढे काय घडणार आहे किंवा मी कुठे चाललीये ते ही मला कळत नव्हतं पण मी खूपच उत्तेजित झाले होते. मेनरोडवर बऱ्याच रिक्षांच्यामध्ये एक बस फूटपाथला लागून थांबलेली मी पाहिली. बसमध्ये वस्तीमधली बाकीची कित्येक डझन मुलं अगोदरच बसली होती. त्यातले काही मित्र होते, तर काहींचे चेहरे परिचित होते.

मी परवेशला विचारलं, "ते पण ऑडिशनसाठी येताहेत?"

"होय. हा एक फार मोठा परदेशी प्रकल्प आहे. पाचशे मुलं निवड चाचणीत भाग घेणार आहेत आणि मी जवळपासच्या वस्त्यांमधल्या फक्त पन्नास जणांचा प्रमुख आहे. बांद्रा पूर्वेवरून येणारे तुम्ही पंधरा जणं आहात."

या चित्रपटामध्ये काम मिळवण्यासाठी पाचशे मुलांबरोबर माझी स्पर्धा असेल हे मला जेव्हा कळलं तेव्हा मनावर जरा दडपण आलं. बस आमच्या वस्तीपासून जवळच दुसऱ्या झोपडपट्टीमध्ये थांबली आणि परवेश आणखीन काही मुलांना बसकडे घेऊन आला. नंतर आम्ही अंधेरीकडे जायला निघालो. अंधेरी, मुंबईतल्या

सर्वात मोठ्या उपनगरांपैकी एक! अपेक्षित जागी पोहोचायला आम्हाला जवळजवळ तासभर लागला. या परिसरात काही मोठ्ठी बॉलीवूडची ऑफिसेस आहेत असं परवेशनं आम्हाला सांगितलं.

पुढे आम्ही 'इंडिया टेक वन' प्रॉडक्शन स्टुडिओमध्ये प्रवेश केला. मी त्याविषयी पूर्वी कधीच ऐकलं नव्हतं. आतमध्ये आम्हाला एका प्रशस्त हॉलमध्ये नेलं गेलं. तो हॉल मुलांनी भरलेला होता. माझ्या वयाची डझनावारी मुलं-मुली तिथं होती. त्या गर्दीत मला थोडं हरवल्यासारखं वाटलं. आमच्या वस्तीतल्या मुलांना मी चिकटून बसले. प्रत्येकजण उत्तेजित झाला होता आणि बडबड करत होता. पण मी किंचित सैरभैर झाले होते. ते आम्हाला काय करायला लावतील याचा विचार करत होते.

परवेश म्हणाला, "इथे बसा आणि तुमचं नाव पुकारलं जाईपर्यंत इथेच थांबा. तुम्हाला तहानभूक लागली तर आपापलं वाढून घ्या. तुम्हाला हवं असलेलं सगळं टेबलावर ठेवलंय."

मला वाटलं इतकी मुलं इथे आहेत, ही ऑडिशन खूप वेळ चालेल. थोड्याच वेळात एक बाई आमच्याशी बोलायला आली. प्रत्येकाला शांत करण्यात आणि सर्व मुलांचं लक्ष वेधून घेण्यात तिचा थोडावेळ गेला. तिच्याभोवती असलेले लोक वेगळीच भाषा बोलत होते. ती मात्र हिंदीत बोलत होती.

ती माणसं आमच्याशी इंग्लिशमध्ये बोलत होती आणि स्मित हास्य करत होती, "हॅलो, मुलांनो माझं नाव लव्हलीन आहे आणि मी कास्टिंग डायरेक्टर आहे. मला माहितीय, तुमच्यापैकी बरंच जणं इंग्लिश बोलत नाहीत. तेव्हा तुम्हाला काही प्रश्न विचारायचे असतील तर मला नि:संकोच विचारा. ऑडिशनसाठी आम्ही तुम्हाला दहा-दहाच्या गटानं बोलावणार आहोत. तुम्ही तुमचं नाव ऐकलंत की उभे राहा आणि तुम्हाला न्यायला आलेल्या माणसाच्या मागोमाग जा. प्रत्येकाला समजलंय का?" "होऽऽऽऽ" मोठ्ठ्यांदा आवाज उमटला.

माझे नाव पुकारले गेल्यावर, त्या स्त्रीमागे इतर मुलांबरोबर मीही जाऊ लागले. मी थोडी अस्वस्थ झाले होते. ऑडिशन्स जिथे होणार होत्या त्या खोलीत लव्हलीन आमच्यापाशी आली आणि तिनं स्पष्ट केलं की सगळं अगदी सोपं आहे. तुम्ही फक्त कल्पना करायची तुम्ही रस्त्यावरून धावताय. "पण लक्षात ठेवा, ही शर्यत नाही तेव्हा एक-दुसऱ्याला ढकलायचा प्रयत्न करू नका!" तिनं स्पष्ट केलं.

आम्ही एकमेकांकडे थोडंसं आश्चर्यानेच बघितलं. ऑडिशन्सच्या दरम्यान माणसं तुम्हाला संवाद बोलायला लावतात, तुमचा नाच पाहतात पण हे सगळं अगदीच अपरिचित होतं. आम्ही सगळेच एकमेकांकडे बघत होतो तितक्यात एका मुलानं लव्हलीन दीदीला विचारलं, "सिर्फ भागना है?"

''हाँ सिर्फ भागना है।'' मी इशारा केल्यावर तुम्ही सुरुवात करायची. तयार आहात तुम्ही?''

''होय!''

''एक! दो! तीन! चलो।''

इशारा झाल्याक्षणी आम्ही सगळे एकाचवेळी सर्व दिशांना धावत सुटलो त्यामुळे थोडा गोंधळच झाला. आम्ही थोडंच अंतर धावलो असू तेवढ्यात आम्हाला थांबायला सांगण्यात आलं.

''ठीक आहे. फार छान झालं. आता थोडी विश्रांती घ्या. मग आपण पुन्हा एकदा सुरुवात करू. यावेळी तुम्ही थोडे हळू जाल. पण पुन्हा एकदा ऐका ही शर्यत नाही आणि आपल्याला सर्वात वेगवान धावपटू निवडायचा नाहीय. आम्हाला केवळ तुम्ही धावताना बघायचंय.''

हा कशा प्रकारचा सिनेमा असेल याचं मला नवल वाटत राहिलं. माझ्या डोक्यात भिन्न भिन्न कल्पना मोकाट सुटल्या होत्या – 'एखादा ॲक्शनपट, एखादा क्रीडापट की रहस्यमयपट?'

ऑडिशन्स तितक्याशा कठीण नव्हत्या. त्यांनी आम्हाला तीनदा धावायला लावलं आणि मग आम्ही दुसऱ्या खोलीत जाऊन इतर मुलांबरोबर बसलो. प्रत्येकाचं धावून झाल्यावर लव्हलीन पुन्हा आमच्याशी बोलायला आली. ''एकदम छान काम केलंत मुलांनो, थँक यू व्हेरी मच. ऑडिशनच्या पुढच्या भागासाठी मी तुम्हाला उद्या भेटीन.''

त्या दिवशी तेवढेच झालं. परवेशनं आम्हाला बजावून सांगितलं होतं की, ऑडिशन्स बरेच दिवस चालतील. काम तितकं सोपं नाहीय. त्याचं म्हणणं बरोबर होतं पण आम्ही सारे पुन्हा येण्याच्या कल्पनेनं खूपच उत्तेजित झालो होतो. मला काही नव्या मैत्रिणीही मिळाल्या होत्या. त्यामुळे ती केवळ एक निवड चाचणी राहिली नव्हती तर माझ्यासाठी एक प्रकारची पिकनिकसुद्धा होती.

बसने पुन्हा आम्हाला आपापल्या वस्त्यांमध्ये आणून सोडलं. मी जेव्हा घरी आले तेव्हा माझा छोटा भाऊ अब्बास माझी उत्सुकतेनं वाट बघत होता. मी कसं काम केलं होतं ते त्याला जाणून घ्यायचं होतं.

''मग कसं काय झालं? तुला काय काय करायला लागलं?''

''मी धावले.''

''म्हणजे काय?''

''मी सांगत्ये ना, मी फक्त धावले. बस्स, तितकंच. मला वाटतं तो सिनेमा धावण्याविषयी आहे.''

अब्बास, माझ्या उत्तरानं फारसा खूश झाला नाही. तरीसुद्धा बाहेर त्याच्या

मित्रांना तो सगळं सांगायला धावला आणि त्यावर मोठ्यांदा हसला!

दुसऱ्या दिवशी त्याच वेळेला आमच्यासाठी बस पुन्हा वस्तीपाशी येऊन थांबली होती. आतमध्ये कालची सगळी मुलं होती. ग्रेट! आम्ही सगळ्यांनी धावण्याची परीक्षा यशस्वीपणे पार पाडली होती. आम्ही जेव्हा स्टुडिओपाशी पोहोचलो तेव्हा लव्हलीन आमच्या प्रतीक्षेतच होती. तिनं आमचं स्वागत केलं.

"गुडमॉर्निंग मुलांनो. कसे आहात तुम्ही? फार दमला नाहीत ना?"

"नाही."

"छान, आज कालच्यासारखंच असेल. प्रत्येकाला आत बोलावलं जाईल. फरक इतकाच की आज तीन किंवा चार जणांचे छोटे-छोटे गट असणार आहेत आणि यावेळी तुम्हाला काही ओळी म्हणायच्या आहेत. ते कठीण नाहीय. फक्त त्या अगोदरच पाठ कराव्या लागतील.

मी मनाशी विचार केला, शेवटी एकदाचं आम्हाला काहीतरी बोलायला मिळेल. इंग्लिश सिनेमांमध्ये सुद्धा संवाद असतात, हे कळल्यावर मला आनंद झाला.

माझा नंबर आल्यावर मला एका प्रशस्त लाकडी टेबलाजवळ बसायला सांगितलं गेलं. माझ्याबरोबर आणखी तीन मुलं होती. प्रत्येकासमोर एक रिकामी प्लेट होती. लव्हलीननं झटकन ते दृश्य आम्हाला समजावून सांगितलं.

"ओके, मुलांनो! तुम्हाला आता डाळभात वाढण्यात येईल आणि तुम्ही तो खाणार आहात. केवळ एकच लक्षात ठेवा, खूप दिवसात तुम्हाला खरंखुरं जेवण मिळालं नाहीय अशा तऱ्हेने जेवा!"

मला वाटलं हे फारंच सोप्पंय! शिवाय वेळ इतकी अचूक साधली होती; मला थोडी भूक लागलीच होती!

"रुबिना, थोडे घास खाल्ल्यावर तुला म्हणायचंय त्या माणसानं आपली प्लेट दुसऱ्यांदा भरली तर त्याचा अर्थ तो खरंच चांगला माणूस आहे. ठीक आहे?"

"ओके."

आम्ही हा प्रसंग पुन्हा पुन्हा केला त्यामुळे प्रत्येकाला हा संवाद बोलायची संधी मिळाली. दुसऱ्या दिवशी मी पुन्हा सेटवर गेले आणि त्याच्या नंतरसुद्धा. प्रत्येकवेळी नवे संवाद बोलायचे असत. कधी कधी लव्हलीन एखाद्या दृश्याचं झटपट स्टुडिओच्या एका कोपऱ्यात बसून इंग्लिशमधून हिंदीमध्ये भाषांतर करायची. आमच्याकडून त्याचा अभिनय करून घेण्यापूर्वी!

माझा नंबर आला की, भोवतालचं सगळं काही मी विसरून जाई. आम्हाला अजूनही समजलं नव्हतं, हा सिनेमा कशावर होता ते. पण मी माझा अभिनय आणि संवाद फार मनःपूर्वक करायची. मला ते सगळं इतकं सोप्पं वाटायचं जणू काही

मी आयुष्यभर तेच करत होते.

तिथलं वातावरण निवांत होतं. प्रत्येकजण आमच्याशी फार छान वागायचा. मी खूप नवे मित्र जोडले. मात्र जसजसे दिवस सरायला लागले, तसतशी दररोज सकाळी बसमध्ये सामील होणाऱ्या मुलांची संख्या कमी कमी होत गेली. अजून या स्पर्धेत टिकून असल्याने मी फार खुशीत होते. या ऑडिशन्सची मला चांगली सवय होत होती. या ऑडिशन्सच्या दरम्यान मला अझर भेटला. मी त्याला पूर्वी पाहिलं होतं; इकडे-तिकडे उंडारताना. पण आम्ही मित्र नव्हतो. त्याचं नाव होतं अझरउद्दीन पण प्रत्येकजण त्याला अझर म्हणून हाक मारायचा. तो माझ्याहून एक वर्षाने मोठा आहे आणि बांद्रा पूर्वेलाच राहतो. रस्त्याच्या दुसऱ्या बाजूला... पलीकडे. त्याचं घर म्हणजे केवळ पत्र्याच्या थोड्या फळ्या आणि छप्पर म्हणून पिवळी प्लॅस्टिकची ताडपत्री. त्याच्याबरोबर असताना माझं हसू कधीच थांबत नसे. तो नेहमी विदूषकी चाळे करायचा आणि विनोद करण्याचा एकही प्रसंग कधी सोडायचा नाही. तो मजेदार चेहरे करायचा किंवा इतर मुलांची नक्कल करायचा. तो अवतीभवती असताना खूप मजा यायची. एकंदरीत दहा दिवसाहून अधिक काळ मी ऑडिशनला जात होते. पण माझी निवड झालीय की, नाही हे मला अजूनही समजलं नव्हतं. परवेश प्रत्येक वेळी भेटायला यायचा तेव्हा माझ्यासाठी काहीतरी उत्साहवर्धक, उत्तेजक बातमी घेऊनच यायचा. एकदा दुपारी जेव्हा तो आला तेव्हा मी विचार करत होते, आता काय सांगेल या भेटीत? माझ्या अपेक्षेनुसार ती चांगली बातमी होती. त्याने मला तयार व्हायला सांगितलं, कारण मला त्या सिनेमाच्या दिग्दर्शकाला भेटायचं होतं. प्रश्न विचारून मी परवेशला भंडावून सोडलं, पण मी झटपट तयार व्हावं असं सांगून त्यानं मला चूप केलं. मी त्याला मेनरोडवर भेटले, तिथे तो अझर बरोबर उभा होता.

आम्ही जुहू बीचकडे जाणाऱ्या बसमध्ये बसलो. आमच्या वस्तीपासून तिथे पोहोचायला अर्धा तास लागतो. पण वाटेत समुद्रकिनारा पाहून माझ्या आनंदाला भरती आली. मी जुहू बीच फक्त सिनेमात पाहिला होता आणि मैत्रिणींकडून त्याविषयी ऐकलं होते. आम्ही काही प्रशस्त, आलिशान घरं मागे टाकली. अगदी मालिकांमध्ये दाखवतात तशी घरं होती ती. मार्गावर प्रशस्त हॉटेल्स आणि रेस्टेरॉंही होती. आणि अखेरीस एक वळण घेऊन आम्ही त्या विस्तीर्ण चौपाटीवर आलो. ती माणसांनी गजबजलेली होती. काही नुसते उभे होते, काही पाण्यामध्ये चालले होते, विक्रेते खाद्यपदार्थ, बर्फाचा गोळा, कॅन्डी विकत होते. मला पाण्याच्या अगदी जवळ जायचं होतं. मी परवेशकडे आर्जवी नजरेनं बघितलं... फक्त दोन मिनिटं तिथे थांबण्यासाठी. पण त्याने नकार दिला कारण आम्हाला उशीर होतं होता. पुढचं वळण येईपर्यंत माझी नजर त्या पाण्यावरच खिळली होती. बसने

आम्हाला मुख्य चौकात सोडलं आणि नंतर दहा मिनिटं हे मोठ्ठं हॉटेल 'सन-अॅन्ड-सॅन्ड' येईपर्यंत आम्ही चालत राहिलो. ते किनाऱ्याच्या अगदी लगत होतं. मी पुन्हा त्या मला खुणावणाऱ्या पाण्याकडे आशाळभूतपणे बघत राहिले.

"सिर्फ एक मिनिट?"

"नही, चलो...."

एका खूप मोठ्या दरवाजासमोर आम्ही आलो होतो. अशी ठिकाणं प्रत्यक्षात अस्तित्वात आहेत हेच मुळी मला ठाऊक नव्हतं. आणि त्याचा शोध घेताना मला वेगळाच आनंद झाला होता. आम्ही जेव्हा आत गेलो तेव्हा तिथल्या दरवानानं आम्हाला आम्ही महत्त्वाच्या व्यक्ती असल्याप्रमाणे सलाम केला. मी हॉटेलमध्ये पहिलं पाऊल टाकलं आणि इतकं थंडगार वाटलं आतमध्ये! "हे संपूर्ण हॉटेल वातानुकूलित केलंय." अझर फटकन बोलला. आतमध्ये प्रत्येक गोष्ट विश्वास बसणार नाही इतकी चकचकीत, स्वच्छ होती. हॉटेलच्या चमचमत्या फरशीवर आपलंच प्रतिबिंब आपल्याला दिसेल इतकी ती फरशी स्वच्छ होती.

उजव्या बाजूला काही थोडी दुकानं होती... चॉकलेट्स, क्रीम्सपासून सुंदर नेकलेसेस, अंगठ्यांपर्यंत वस्तू विकणारी

"सोफ्यावर बसून घ्या. मी येतोच." परवेश म्हणाला. बसायचं? नाही. अजिबात नाही. आमची एकच इच्छा होती... सगळं काही बघायचं. अशा ठिकाणी आम्ही काही रोज येत नव्हतो. आम्ही किनाऱ्याचं दर्शन घडवणारी छानशी गच्ची कुठे आहे ते शोधून काढणार होतो. इतक्यात परवेश आम्हाला घ्यायला आला.

"चलो, वो लोग हमारा इंतजार कर रहे है।"

मी एका लांबलचक कॉरिडॉर मधून त्याच्या पाठोपाठ गेले. त्या वाटेवर बरेच दरवाजे होते. त्यांच्यावर क्रमांक लिहिले होते. अखेरीस आम्ही एका दारासमोर थांबलो. परवेशनं हळुवारपणे दारावर टकटक केलं.

"आत या."

खोलीच्या आतमध्ये लव्हलीन आमची वाट पाहात होती. ती हसतमुख तरीही गंभीर दिसत होती. ऑडिशनच्या दरम्यान मला तिच्याबरोबर संवाद साधायला फारसा अवधी मिळाला नव्हता. मला कल्पना नव्हती ती आज इथे मला भेटेल अशी परंतु तिचा ओळखीचा चेहरा पाहून मला थोडा आत्मविश्वास आला, थोडा धीर आला. आमच्या स्वागताला ती उभी राहिली आणि एका चष्मा घातलेल्या, अति सभ्य चेहेऱ्याच्या माणसासमोर तिनं मला उभं केलं. त्याची गोरी गुलाबी त्वचा पाहून मी अंदाज बांधला तो मुंबईचा नसावा. कदाचित भारतीय देखील नसावा. माझ्या आयुष्यात मी प्रथमच एका विदेशी माणसाला भेटत होते. तसं मी त्यांना

चित्रपटात पाहिलं होतं. पण माझ्या प्रत्यक्ष जीवनात मला भेटलेला हा पहिला परदेशी माणूस.

''डॅनी, ही रुबिना आहे. रुबिना, ओळख करून देते हे – डॅनी बॉयल, या चित्रपटाचे दिग्दर्शक'' लव्हलीन म्हणाली.

''नमस्ते'' मी म्हटलं.

''नमस्ते'' त्यांनी उत्तर दिलं.

उंच कपाळपट्टी आणि तोंडावर विस्फारलेलं हसू असणाऱ्या या माणसाकडे मी उत्सुकतेने एकटक पाहत राहिले. इंग्रजीचा एक शब्द मी बोलले नाही आणि ते ही ''नमस्ते'' शब्दाव्यतिरिक्त एक हिंदी शब्द बोलले नाहीत... असं लवकरच आमच्या लक्षात आलं. पण ते आरामात दिसले... सरळ, साधे असावेत आणि त्यांच्या सहवासात तत्काळ माझी भीड चेपली. त्यांनी काही शब्द उच्चारले, हसत-हसत आणि लव्हलीननं त्याचं भाषांतर केलं.

''डॅनी चाहते है की आप बारीशवाला सीन करके दिखाये?''

''ठीक है।''

ऑडिशन्सच्या दरम्यान मी या पावसाच्या प्रसंगाची अझर आणि आयुषबरोबर (आयुष – आमच्या वयाचा दुसरा मुलगा) अगोदरच तालीम केली होती. पाऊस पडतोय आणि मी भिजतीय असा अभिनय करायचा होता. अझर, आयुषच्या पुढ्यात विवश बनून उभं राहायचं होतं. त्यांच्या निवाऱ्यात त्यांनी मला आश्रय द्यावा असं पटवून द्यायचा प्रयत्न करायचा होता.

निवड चाचणीच्या वेळी अझर माझ्या चेहऱ्यावरचा आर्जवी भाव पाहून खूप हसला होता.

आता मी हॉटेलमधल्या त्या खोलीच्या मधोमध उभी होते. माझे खांदे पाडून, जणू काही मी त्या मुसळधार पावसापासून स्वतःचा बचाव करू पाहतीये अशा आविर्भावात आणि शक्य तितकी दुःखी, कष्टी दिसत होते. डॅनी उभे राहिले आणि उत्साहाने बोलू लागले. स्पष्ट दिसत होतं. लव्हलीन आश्वस्त झाली होती. तिनं भाषांतर केलं, ''डॅनी बहोत खूश है, तुमने बहोत अच्छा किया। ''

माझ्या कामगिरीवर मी खूश होते. लव्हलीन आणि परवेश आपापसात थोडंसं बोलले. नंतर डॅनी म्हणाले ''बाय बाय, रुबिना'' आणि आम्ही खोलीतून बाहेर पडलो. कॉरिडॉरमधून चालताना माझी नजर पुन्हा बाहेरच्या गच्चीवर खिळली होती. मी परवेशकडे सभोवती बघायची परवानगी मागितली. त्यानं हसून उत्तर दिलं, ''ठीक है।''

बाहेरील बाजूस एक भव्य पोहण्याचा तलाव होता. बरेचसे विदेशी पाहुणे त्याच्या काठावर ठेवलेल्या लाकडी बिछान्यांवर पहुडले होते किंवा पाण्यात पोहत

होते. मी यापूर्वी पोहण्याचा तलाव कधीच पाहिला नव्हता. तो इतका स्वच्छ होता आणि त्याचं पाणी आकाशाच्या रंगाचं निळं, फक्त किंचित गडद होतं. त्याच्याजवळ एक छोटा पोहण्याचा तलाव होता. त्यात सर्व बाजूंनी बुडबुडे येत होते. माणसं अगदीच तोकड्या कपड्यांमध्ये वावरत होती. मला माहीत नव्हतं मोठी माणसंही सार्वजनिक ठिकाणी अशी फक्त अंतर्वस्त्रात फिरतात ते! माझ्या वस्तीमधले मोठे कुणीच असा पोशाख घालत नसत.

ते पाणी पाहून मी आश्चर्यचकित झाले. इथून समुद्र किनाराही दिसत होता. नजरेच्या टप्प्यात येईल तिथवर मला फक्त पाणी दिसत होतं.

माझं पाण्यावर निरतिशय प्रेम आहे. त्यामुळे मी गच्चीच्या कोपऱ्यापर्यंत गेले. माझ्या पलीकडे अझर. कारण त्याची चाचणी संपली होती. पाण्यात सूर मारण्यासाठी मी तडफडत होते. माझ्या चपला मी जेमतेम काढल्या होत्या आणि पायांनी पाण्याला स्पर्श केला तेवढ्यात परवेश माझ्याकडे घाईघाईत आला.

"रुबिना, काय करतीयेस?"

"अं! मला पोहायला जायचं होतं."

"सॉरी, पण ते मुळीच शक्य नाही. तलावात उतरण्यासाठी तुमच्याजवळ पोहण्याचा पोशाख हवा."

माझ्या वस्तीमध्ये आमच्या घरापुढे असलेल्या तलावात मी अंघोळीला जाते तेव्हा मी अंगभर कपडे घातलेले असतात! माझी घोर निराशा झाली. पण इलाजच नव्हता.

आमच्या वस्तीकडे परत जाणारी बस आम्ही घेतली. पोहायला न मिळाल्याने मी जरी थोडी रागावलेले असले तरी माझ्या भावाला आणि मित्रमंडळींना मी आज काय पाहिलं ते सांगायला अतिउत्सुक होते. घरी परतताना परवेशच्या मनावरचं दडपण कमी झालेलं दिसलं. त्यानं मला सांगितलं की, माझी सिनेमासाठी निवड झाली होती. मला अत्यानंद झाला. अखेरीस, मी मोठ्या पडद्यावर दिसणार होते.

"सच में?"

"हां"

"अच्छा!"

मला सिनेमा कशाविषयी असेल याची कल्पना नव्हती किंवा हेही माहीत नव्हतं की, मला कसली भूमिका मिळाली आहे. पण ते फारसं महत्त्वाचं नव्हतं. मी – रुबिना, एक सिनेमा करणार होते; एक खराखुरा सिनेमा! अब्बांना सांगण्यासाठी इतकी उतावीळ झाले होते मी. मला धीर धरवत नव्हता.

बांद्र्यात परतल्यावर बसमधून उतरल्याबरोबर मी रूळांच्या बाजूने धावत सुटले. धावताना बऱ्याच लोकांवर आदळले. त्यांनी शिव्या दिल्या मला. माझा पाय

घाणीत पडला पण त्या कशाचाही आज माझ्यावर परिणाम होत नव्हता. मी चित्रपटात चमकणार होते. परवेश माझ्या मागोमाग अब्बांना सांगायला धावत सुटला. माझे अब्बा, दरवाजाच्या पायरीवर वाट पाहात बसून होते... मी अशी का धावतेय त्यांना कळत नव्हतं. त्यांनी मला बसायला सांगितलं आणि शांत व्हायला सांगितलं. मला धाप लागली होती! मला त्यांना सगळं काही सांगायचं होतं पण भावनेच्या भरात शब्द कुठेतरी हरवले होते. तोंडातून कसेबसे काही शब्द बाहेर पडले....

"अब्बा, अब्बा! मी चित्रपटात दिसणार आहे."

"व्वा! रुबिना, सावकाश, दम खा।"

"एक चित्रपट – अब्बा! तुमचा याच्यावर विश्वास बसतोय का?"

आनंदानं मला वेड लागायची पाळी आली होती. मी त्यांच्याभोवती नाचू लागले. जेव्हा परवेश आत आला तेव्हा त्याच्या ओठांवर अगदी दुर्लभ स्मित होतं... अब्बांनी त्याच्याकडे प्रश्नार्थक मुद्रेनं बघितलं.

"बधाई हो! रफीक भाई, रुबिना पाँचसौ बच्चों में सिलेक्ट हो गयी है।"

माझ्या अब्बांना माझा अभिमान वाटला; तरी पहिल्यापहिल्यांदा ते थोडेसे संकोचत होते.

"मग काय आहे हा सिनेमा?"

"इंग्लिश सिनेमा आहे."

"आणि कशावर आहे तो?"

"झोपडपट्टीत राहणाऱ्या मुलांची कहाणी आहे ती."

"आणि शूटींग किती दिवस चालेल?"

"फक्त चार दिवस... जास्तीत जास्त पाच दिवस. मी या आठवड्यात रुबिनाला घ्यायला येईन."

त्या वेळेला सिनेमा भारतीय पडद्यावर झळकणार नव्हता. पण माझ्यासाठी ते महत्त्वाचं नव्हतं. सिनेमा हा सिनेमा असतो. तो परदेशात बनू दे किंवा इथेच... त्यामुळे काही फरक पडत नाही. मुख्य गोष्ट ही होती की, मी त्यात होते आणि यापुढे अधिकृतपणे एक कलाकार बनणार होते.

परवेश आणि अब्बा पैशांविषयी बोलले पण मला माहीत होतं तो प्रश्नच नव्हता. मला इतका आनंद झाला होता की माझ्या वडिलांनी शंभर रुपये मिळाले असते तरी ते स्वीकारले असते. ते काही का असेना, अब्बांना या फिल्म इंडस्ट्रीविषयी, इथलं कामकाज कसं चालतं, माझी भूमिका किती महत्त्वाची असेल याविषयीचं काहीच ज्ञान नव्हतं. तेव्हा प्रत्येक गोष्टीसाठी परवेशवर विश्वास ठेवण्याशिवाय दुसरा पर्यायच नव्हता.

आनंदाने चीत्कारत मी विचारलं, ''क्या रोल है मेरा?''

''तुला एका गरीब, छोट्या मुलीचा अभिनय करायचाय. तो प्रमुख नायिकेचा रोल नाहीय तरीपण तो महत्त्वाचा आहे. तू बघशील, या फिल्मसाठी खूप मोठ्या संख्येने अभिनेत्यांची नव्याने भरती झालीय. पण फक्त तीन मुलं निवडली गेली. अझरची सुद्धा निवड झालीय.

अझर? हूंऽ मी त्याला थोडं थोडं ओळखतेय आता. तो मजेदार होता पण त्याच्यामध्ये हिरो होण्यासाठी आवश्यक क्षमता नाही दिसली....

परवेश जाण्यापूर्वी मला सिनेमाचं नाव जाणून घ्यायचं होतं. म्हणजे मी ते माझ्या मित्रपरिवारात ऐटीनं सांगितलं असतं. ''मी एका विदेशी फिल्ममध्ये स्टार म्हणून चमकणार आहे.'' मी त्यांना सांगणार होते.

मी त्याला विचारलं, ''पिक्चरचं नाव काय आहे?''

''स्लमडॉग मिलेनिअर'' त्यानं मला सांगितलं.

''सलीम दाग मिली नायर? काय मजेशीर नाव आहे!''

त्याचा अर्थ मला उमगला नाही, परंतु त्यानं काय फरक पडणार होता?

कॅमेऱ्यासमोर उभं राहायचं या कल्पनेनंच मला स्फुरण चढलं होतं... लोक मला चित्रतारका म्हणून सन्मानाने वागवताहेत!

''ॲक्शन, कॅमेरा, रेडी...'' माझ्या स्वप्नांच्या दुनियेत प्रवेश करण्यास मी सज्ज झाले होते.

ॲक्शन!

सिनेमाचं चित्रीकरण डिसेंबर २००७ मध्ये सुरू झालं. त्या दिवशी फार उकडत होतं. परवेश, अझर आणि त्याच्या अम्मीबरोबर मी बस पकडली. खूप दिवसांच्या ऑडिशन्सनंतर अखेरीस आम्ही चित्रीकरण करणार होतो.

जिथे निवड चाचण्या घेतल्या गेल्या त्याच ठिकाणी आम्हाला नेण्यात आलं. लव्हलीन आणि डॅनी आमची वाट बघत असतील असं आम्हाला सांगण्यात आलं. स्टुडिओत पोहोचल्यावर आम्हाला आयुष नावाचा दुसरा एक मुलगा भेटला. तो सुद्धा आमच्याच वयाचा होता. मात्र तो मुंबईच्या उपनगरातून आला होता आणि त्याचे वडील गरीब नव्हते. तसेच तो झोपडपट्टीमधूनही आला नव्हता. आम्हाला एकच गोष्ट कळली होती; ती म्हणजे हा सिनेमा वस्तीमधल्या मुलांविषयी असणार आहे. मात्र आम्ही ज्या भूमिका वठवणार होतो त्याविषयी काही कल्पना आली नव्हती.

लव्हलीननं आम्हाला स्टुडिओतून फिरवून आणलं, खाद्यपदार्थांचे स्टॉल्स कुठे असतील, संडास-बाथरूम, विश्रांती घ्यायची जागा दाखवून दिली. प्रत्येकजण आम्हाला इतक्या आदराने वागवीत होता. आम्ही महत्त्वाच्या व्यक्ती आहोत असं वाटत होते. आम्ही काय करायला हवं अशी त्यांची अपेक्षा होती, हेही लव्हलीननं स्पष्ट केलं.

"....तर या चित्रपटामध्ये तीन मुख्य पात्रं आहेत. जमाल... जो नायक आहे, त्याचा भाऊ सलीम आणि नायिका लतिका. तुम्ही तिघं या पात्रांचं बालपण रंगवणार आहोत. आयुष, तू जमाल आहेस. अझर, तू सलीमचं पात्र रंगवणार आहेस आणि रुबिना, तू लतिका आहेस. तुम्हा सगळ्यांना समजलं का?"

"होऽहोऽ समजलं."

"दृश्य सोपी असतील... तुम्ही त्यांची ऑडिशनमध्ये बरेचदा तालीम केली आहे. आम्ही तुम्हाला पुन्हा त्याच गोष्टी करायला सांगू. पण यावेळी तिथे कॅमेराही असणार आहे. ठीक है।"

"ठीक आहे?"... त्याहीपेक्षा जास्त होतं ते!

चित्रीकरणाला साजेशा सेटवर कधी एकदा चित्रीकरण सुरू होतय असं झालं होतं आम्हा तिघांना. आमची आणखीन थोड्या माणसांशी ओळख करून देण्यात आली. मला विशेषत: नताशा आवडली. तिच्याशी मैत्री करायची होती मला. कारण ती मेकअप आर्टिस्ट होती आणि कदाचित तिनं मला चेहरा कसा दोषरहित सुंदर बनवायचा – अगदी सिनेमातल्या सारखा, याचे धडे दिले असते. त्याचप्रमाणे ती मदतीला धावणारी होती. लव्हलीन अर्थातच सदैव आजूबाजूला असायची आणि आमची काही गैरसोय होत नाहीये ना, याची खात्री करून घ्यायच्या प्रयत्नात असायची.

"तुमच्या काही शंका असतील किंवा तुम्हाला एखाद्या गोष्टीची गरज पडली तर माझ्याकडे या आणि मला विचारा."

"पहिल्यांदा आम्ही काय करणार आहोत?"

"प्रथम आपण काही कॅमेऱ्याच्या चाचण्या करणार आहोत आणि नंतर एका आनंददायक दृश्यानं आरंभ करू. रुबिना आणि आयुष, तुम्हाला असं दाखवायचंय की, तुम्ही दोघं मनाने एकमेकांच्या खूप जवळ आहात. ती एका विशुद्ध आणि सुंदर प्रेमाची नांदी आहे, तुम्हाला आयुष्यभर एकत्र बांधून ठेवणारे प्रेम! जरी तुम्हाला त्यातलं अजून काही कळत नसलं तरी."

विशुद्ध प्रेमाचा आरंभ? मला कळला नाही तिच्या या वाक्याचा अर्थ. पण कमीत कमी ते प्रेम अझरबद्दल तरी नव्हते! ते जवळजवळ अशक्यच झालं असतं.

मी उत्तेजित झाले होते आणि मला स्टुडिओमध्ये काय काय असतं ते बघायचे होते. यापूर्वी मी कधीच स्टुडिओमध्ये गेले नव्हते. तिथे इतकी माणसं होती ना... कुणी दिवे तपासत होतं, काही जण वायरींशी झगडत होते, तर काही हातवारे करत इकडून तिकडे धावपळ करत होते आणि मोठमोठ्यांदा बोलत होते. सेटच्या बरोब्बर मध्यभागी मी जेव्हा उभी राहिले तेव्हा माझ्याभोवती डझनभर कॅमेरे आणि लाईटस होते. मला थोडं अस्वस्थ वाटलं आणि भीतीही वाटली. पण डॅनी अंकलनी 'ॲक्शन' म्हणेपर्यंतच! नंतर सगळं काही मागे पडलं. इतकी माणसं मला बघताहेत याचीही फिकीर वाटली नाही मला.

मी जेव्हा एखाद्या दृश्यामध्ये नसायची तेव्हा मी आयुष आणि अझरला लक्षपूर्वक न्याहाळायची. तेव्हा कुठे माझ्या ध्यानात आलं की, त्यांच्या भूमिका देखील महत्त्वाच्या होत्या. पण चित्रपटाची नायिका मी होते. लवकरच आम्ही तिघं

जिवलग मित्र बनलो. दोन शॉटसच्यामध्ये आम्ही कॅमेरामनच्या आसपास घोटाळत असू, त्याला प्रश्न विचारीत असू आणि सेटवर आणि सेटच्या बाहेर पकडापकडी खेळत असू. आम्हाला उत्सुकता असायची. वायर्स आणि दिव्यांपासून ते मेक-अपच्या ब्रशेसपर्यंत प्रत्येक गोष्टींविषयी जाणून घ्यायचं असायचं – सेटवर तर धमाल यायची आणि प्रत्येकजण खरंच आमच्याशी खूप छान वागायचा. माणसं विचारत राहायची, "तुम्हाला काही हवंय का? काही खायला आवडेल का?"

माझ्या उभ्या आयुष्यात मी इतका कोकाकोला प्यायले नव्हते किंवा इतकं आइसक्रीम खाल्लं नव्हतं.

मी नताशा समवेत सुद्धा खूप वेळ घालवायची. ती तिचा मेकअप मला दाखवायची आणि मला त्यातली सौंदर्यप्रसाधनं हाताळायला देखील द्यायची. तिच्याकडे किती अद्‌भुत गोष्टी होत्या – लिपस्टिकच्या विविध रंगछटा, मुली गालांवर लावतात ते, पापण्यांवर लावतात ते.

जेव्हा केव्हा डॅनी अंकलना पाच मिनिटं सवड मिळायची, ते येऊन आमच्याबरोबर खेळायचे. मला हातांचा खेळ खास करून आवडला. ज्यामध्ये ते त्यांचे हात माझ्या चेहऱ्यासमोर धरायचे, तळहात खाली आणि अंकल ते हात काढून घेण्यापूर्वी मला त्या हातावर मारायचा प्रयत्न करायचा असायचा. शेवटी नेहमीच आम्ही खो-खो हसत सुटायचो.

एखाद्या दृश्याचं चित्रीकरण करायचं असेल तेव्हा आम्ही सुरुवात करण्यापूर्वी लव्हलीन नेहमीच आस्थेने आम्हाला ते दृश्य समजावून सांगायची. खरंतर ते फार सोपं होतं. आम्ही ऑडिशन्सच्या दरम्यान खूप वेळा त्या दृश्यांचा सराव केला होता. पुन्हा पुन्हा. ते काही असलं तरी, आम्ही आमच्या संवादातल्या ओळी विसरलो किंवा संवाद म्हणत असताना मध्येच खुदुखुदु हसायला लागलो तरी कुणी आम्हाला ओरडायचं नाही.

डॅनी अंकल सदैव आमच्यावर कसलाच ताण नसेल याची खात्री करायचे आणि तशा प्रयत्नात असायचे. "तुम्हाला दमायला झालंय का? आपण पुढे जाण्यापूर्वी थोडी विश्रांती घ्यायची का?"

कधी कधी ते थोडं कठीण वाटायचं, तरी कधी त्याचा शीण यायचा. जसं त्या पावसाच्या दृश्यामध्ये तालमींच्यापेक्षा चित्रिकरणाच्या वेळी तितकीशी मजा नाही आली. यावेळी सेटच्या मागे एक प्रकारचं यंत्र लपवलेलं होतं – त्याच्यातून वेगानं आणि सतत पाणी बाहेर यायचं; अगदी नैसर्गिक पावसासारखं. मी त्यात चिंब भिजले. आम्ही ते दृश्य चित्रित केलं त्या दिवशी उशीर झाला होता आणि मी अगोदरच खूप दमले होते. आयुष आणि अझरनं एका निर्जन झोपडीत आश्रय घेतला होता. सिनेमामध्ये मला बाहेर उभं राहायचं होतं; त्यांच्यापासून किंचित लांब,

न हलता, स्तब्धपणे. नंतर खाली वाकून चिखलामध्ये काटकीने काहीतरी रेखाटायचे होते. एकीकडे पाऊस पडतच होता आणि मला भिजवत होता. मी वैतागलेली, दयनीय दिसत होते... अगदी त्यांनी त्यांच्या आश्रयस्थानी मला थोडीशी जागा करून देईपर्यंत! जेव्हा माझ्या डोक्यावर पहिले पावसाचे थेंब पडले तेव्हा मला खरं आश्चर्य वाटलं. पाणी थंडगार होतं. नंतर त्या थेंबांचं मुसळधार पावसात रूपांतर झालं. मान्सूनमधल्या पावसासारखं! ते इतक्या जोरानं खाली कोसळत होतं की, मला माझे डोळे उघडे ठेवण्यासाठी झगडावं लागत होतं.

"कट!"

हे शब्द ऐकले आणि मी साहाय्यकांकडे धावले. त्यांनी मला कोरडे करण्यासाठी ताबडतोब एका मोठ्या टॉवेलमध्ये गुंडाळलं. अझर आणि आयुष अजूनही आरामात त्यांच्या झोपडीत बसले होते. माझ्या निथळणाऱ्या चेहऱ्याकडे बघून हसत होते. मला वाटलं आता संपलं ते दृश्य. पण तेवढ्यात लव्हलीन उद्गारली,

"रुबिना फार छान केलंस हं. पण आपण पुन्हा हे दृश्य करणार आहोत. चालेल ना?" 'नाही, नाही! ते दृश्य केलं नसतं तरी मला चाललं असतं!'

जरी अगदी थंडगार पाणी माझ्या अंगावर पडत होतं तरी माझे डोळे मिटत होते. मला फक्त झोपावंसं किंवा अझर आणि आयुषसारख्या सुखकारक अवस्थेत बसावंसं वाटत होतं.

आम्ही तो सीन वारंवार केला. मला फार थंडी वाजत होती. जेव्हा जेव्हा डॅनी अंकल "कट" म्हणून ओरडायचे तेव्हा मी एका छोट्या इलेक्ट्रीक हिटरकडे धाव घ्यायची. तो सेटच्या लगत ठेवला होता. त्या हिटरमधून बाहेर पडणाऱ्या गरम हवेच्या झोतासमोर मी हात धरून ऊब घ्यायला लागतेय ना लागते तोच डॅनी अंकल ओरडायचे – "तो प्रसंग चांगलाच वठवलास. ओके, आपण पुन्हा एकदा तो करायचाय!"

हळूहळू मला थोडे थोडे इंग्लिश शब्द कळू लागले आणि त्यांना काय म्हणायचंय तेही समजू लागलं, पण मी मला समजलंच नाही असा आव आणायची. त्यामुळे हिटरजवळ अजून थोडावेळ बसता यायचं. शेवटी मी जायचे.

संपूर्ण चित्रिकरणातला तो सीन सर्वात कठीण होता. एकदा कुणीतरी टॉयलेटचं दार बंद करत असताना माझं बोट आत अडकलं पण सेटवर डॉक्टर असायचे. त्यांनी त्या बोटाला बँडेज बांधलं. झोपडपट्टीमध्ये मुलं धडपडत असतात. त्यांना जखमा होत असतात. त्यामुळे मला काही त्याचं फारसं वाटलं नाही.

बाकीचे सीन्स कितीतरी सोपे होते. मी, आयुष, अझरनं धारावीतले बाह्य चित्रीकरणाचे सीन करण्यात विशेष प्रावीण्य दाखवलं. धारावीची झोपडपट्टी लांबवर पसरलेली आहे. प्रचंड मोठी आहे. तिथे कितीतरी माणसं राहतात आणि तिथे

असंख्य छोटे कारखाने आहेत. तिथे हरवणं अगदी सोप्पंय. धारावीच्या अरुंद बोळांमधून त्यांनी जेव्हा आम्हाला धावायला सांगितलं तेव्हा कॅमेऱ्याला आम्हाला टिपणं कठीण जात होतं. घाणीने भरलेल्या डबक्यात अनवाणी नाचणं, गाईंच्या, माणसांच्या गर्दीतून वाट काढत एका अरुंद गल्लीतून धावणं – हे सगळं तेच होतं ज्याची आम्हाला सवय होती – म्हणजे मला आणि अझरला. जणू काही आम्ही आमच्या स्वत:च्या घरासमोर लपंडाव खेळत होतो. फरक इतकाच होता की, आम्हाला डॅनी अंकलचं समाधान होईपर्यंत परत परत तो प्रसंग करावा लागायचा.

त्यांना आमच्या कडून ज्या प्रकारचा अभिनय करून घ्यायचा होता ते आमच्यासाठी रोजचं आयुष्य होतं. उकिरडे, घुशी आणि झुरळांनी भरलेली छोटी खोपटं आणि सर्वत्र उघडी गटारं – आम्ही असेच तर जगत होतो. सिनेमाच्या नायकाप्रमाणे मी कधी कचरा चिवडला नाहीय. पण अझरनं काही रुपयांसाठी ते सुद्धा केलं होतं आणि सिनेमामध्ये डॅनी अंकलनी जी सार्वजनिक स्वच्छतागृह दाखवली आहेत – किळसवाण्या घाणीवर फळ्या टाकून उभारलेल्या लहान लाकडाच्या झोपड्या... खरंच तशी धारावीत आहेत. ज्या दृश्यात जमाल त्याच्या भावाकडून – सलीमकडून संडासामध्ये कोंडला जातो आणि जमिनीत खोदलेल्या एका विवरातून निसटतो ते दृश्य आमच्यावर चित्रित झालेलं सर्वात मजेदार दृश्य होतं. त्या दृश्यामध्ये आयुष (जमाल) फिल्म स्टार अमिताभ बच्चनची सही घेण्यासाठी काहीही करायला तयार असतो. अमिताभ बच्चन त्याचं दैवत. त्यासाठी त्याला घाणीच्या टेकडीत उडी मारावी लागली तरी त्याची तयारी असते.

लव्हलीननं जेव्हा आयुषला हे थोडक्यात सांगितलं, तेव्हा त्याला ते मुळीच आवडलं नाही. घाणीच्या ढीगामध्ये काही झालं तरी उडी मारायला तो तयार नव्हता. मला आणि अझरला ते सगळं विनोदी वाटत होतं. त्याला काय करावं लागणार आहे हे ऐकल्यावर आम्ही खदखदून हसत होतो. आम्हाला असलं काही करावं लागणार नाही याचाही आनंद होताच. पण लव्हलीननं चटकन आमच्या सहकलाकाराला सांगितलं काळजी करू नकोस.

"आयुष भीतीने अशी गाळण उडू देऊ नकोस. तुला ठाऊक आहे तू नेमकी कशामध्ये उडी मारणार आहेस ते?"

तिनं आमच्याकडे बघितलं, आम्ही अजूनही आयुषच्या दुर्दैवावर हसत होतो.

"हो."

"चॉकलेट!"

"खरंच?"

"होय चॉकलेट, तेही कितीतरी लीटर्स!"

प्रथम आयुषचा विश्वासच बसेना. नंतर मात्र तो इतका उत्तेजित झाला.

वास्तविक आम्ही सगळेच एव्हाना जिभल्या चाटू लागलो होतो. एकाएकी मी आणि अझर गप्प झालो. आता आम्हालाही असा सीन करावासा वाटत होता.

सेटवर ते मिश्रण तयार करताना तुम्ही पाहायला हवं होतं. मदतनीसांनी किलोकिलोनं चॉकलेट एका मोठ्या भांड्यात ओतलं. त्यावर पीनट बटर आणि पुदिना. नंतर ते सर्व मिश्रण कमी उष्णतेवर तासनतास ढवळत राहिले. अख्ख्या स्टुडिओमध्ये गोड, मस्त, चॉकलेटचा सुवास दरवळला होता आणि मला अगदी त्याच्या मधोमध उडी मारून सगळं फस्त करून टाकावसं वाटत होतं. आमच्या वस्तीमध्ये मी कँडीज खाते. पण बहुधा त्यात फळांचा स्वाद असतो. काही वेळा चॉकलेटच्या मिठायाही खाते. हे मिश्रण इतकं छान दिसत होतं आणि त्याचा घमघमाट – त्याने तर माझ्या तोंडाला पाणी सुटलं. मी पापणी न हलवता त्याच्याकडे बघत राहिले. मला अजिबात राहवेना. मी त्या भांड्याच्या आसपास रेंगाळत राहिले.

''मेरे मुँहमें पानी आ रहा था।'' मी प्रत्येकाला नंतर सांगत सुटले.

मिश्रण तयार झाल्यावर आम्ही डॅनी अंकलकडे याचना केली ते चाखायला द्यावं म्हणून. आमच्याकडे बघत ताबडतोब चव घेऊ द्यायला ते तयार झाले.

''चला आता माझी पाळी आहे. प्रत्येकजण थोडं थोडं घेऊ शकतो.'' आम्ही आरडाओरडा करत भांड्याकडे धावलो. सगळे कलाकार आणि सहकारी देखील तिथे होते; वाडगाभर चॉकलेट खायला. आहा! किती स्वादिष्ट होतं ते. डॅनी अंकलला सुद्धा आवडलं ते... कामाला लागण्यापूर्वी त्यानं बोटं चाखलेली पाहिली मी.

''राईट! चला सगळेजण तयार व्हा. ते थंड होऊन चालणार नाही.''

त्या क्षणी आयुषच्या जागी असण्यासाठी मी वाट्टेल ते केलं असतं. अर्थातच, आयुषला परमानंद झाला होता आणि तो आमच्याकडे मिश्कीलपणे बघत होता... त्या चविष्ट चॉकलेटमध्ये पडायची तयारी करत असताना!

तो प्रसंग बघण्यासाठी आम्ही कोपऱ्यातली एक छान जागा शोधून काढली... ज्यायोगे आम्हाला सगळं नीट बघता आलं असतं. काही निसटलं नसतं नजरेतून!... आयुष प्रतीक्षेत होता... टॉयलेटचं भांडं असं गृहीत धरलेल्या त्या विवराकडे वाकून बघत होता. चेहरा सरळ ठेवणं त्याला कठीण जात होतं.

''कॅमेरा!''

आयुषनं त्या भोकातून खाली पाहिलं. क्षणभरच. त्याची द्विधा मन:स्थिती झाली, परंतु आपल्या आवडत्या कलावंतांची सही मिळवायची असेल तर आपल्याला ते करणं भाग आहे असा अभिनय त्याने केला. त्यानं त्याच्या नाकपुड्या दाबून धरल्या.

आयुषनं त्याचं नाक दाबून धरलेलं पाहिलं तसे अझर आणि मी खो खो हसत सुटलो. नंतर आयुष तोंड विचित्र, वेडीवाकडी करायला लागला. तेव्हा आम्हाला शांत राहताना प्रयास पडत होते. ते तसं भयंकर होतं कारण तो सीन गुंतागुंतीचा होता आणि प्रत्येकाला – आयुषसह अर्थातच – माहीत होतं की एकाच शॉटमध्ये तो प्रसंग चित्रित करायचा होता. आमच्या हसण्याच्या आवाजानं त्यांना ते पुन्हा करावं लागलं असतं तर डॅनी अंकल खरोखर नाराज झाला असता. आमचं हसणं कुणाला ऐकू जाऊ नये म्हणून अझरने आणि मी दोघांनी आपले हात तोंडावर ठेवले होते.

एकदाची आयुषनं आत उडी मारली. सर्वत्र कॅमेऱ्यांवर चॉकलेट उडालं. हसू दाबून धरल्याने माझं पोट दुखत होतं आणि श्वास घ्यायला मला त्रास होत होता... आम्ही हसू दाबण्याचा निकराचा प्रयत्न करत होतो. डॅनी अंकल "कट" म्हणेपर्यंत मी माझा हात माझ्या तोंडावर घट्ट दाबून ठेवला होता. नंतर अझर आणि मी, आमच्या हास्याचा स्फोट झाला. जे काही मोठ्यांदा, वेड्यासारखे हसत सुटलो आम्ही ते आवरतच नव्हतो.

आयुष तिथेच उभा राहिला. तो चॉकलेटचा द्राव त्याच्या अंगावरून ओघळत होता. लडबडलेल्या अवस्थेत तो आता काय करायचं ते सांगतील याची वाट बघत होता. तिथून हलायची हिंमत होत नव्हती त्याची. तो इतका मजेदार दिसत होता की, आम्हाला पुन्हा एकदा हास्याच्या उकळ्या फुटल्या. शेवटी डॅनी अंकल म्हणाला, "छान, मस्त काम केलंस!"

आयुष हे ऐकल्यावर एकदम निर्धास्त झाला. तो पण खिदळू लागला आणि छोट्या मांजरीसारखा स्वतःचं अंग चाटू लागला. आम्हाला पण देऊ केलं त्यानं, आम्ही आता सगळे तिथे गेलो. शूटिंगची ती माझी सर्वात गंमतीशीर आठवण. त्या दिवसाची आठवण झाली की, मला अजून हसायला येतं. हे दृश्य पडद्यावर जेव्हा पाहिले तेव्हा इतके जिवंत, खरे भासले ते.

एव्हाना आमचं चित्रीकरण सुरू होऊन दोन आठवडे होत आले होते. डॅनी अंकलला लवकरच समजून चुकलं की, आमच्या बरोबरच्या सर्व दृश्यांसाठी पाच दिवस पुरेसे नव्हते. झोपडपट्टीतलं चित्रीकरण वाटलं त्यापेक्षा अधिक गुंतागुंतीचं, किचकट झालं होतं कारण कॅमेऱ्याभोवती कितीजण कोंडाळं करून असायचे. हवेतल्या उष्म्याने सुद्धा प्रत्येक गोष्टीला अधिक वेळ लागायचा. त्यांना दिवसभरात कितीतरी वेळा कॅमेरे बर्फाच्या पिशव्या ठेवून थंड करायला लागायचे. याचा दुसरा अर्थ, आम्ही सकाळपासून रात्रीपर्यंत तिथं हजर असलो तरी आम्ही प्रत्यक्षात दिवसातल्या दोन-तीन तासांपेक्षा अधिक काळ चित्रीकरण करण्यास असमर्थ होतो.

तुम्हाला आश्चर्य वाटेल पण त्यातल्या सर्वात उत्तम दृश्यांपैकी एक... आणि

अब्बांचं आवडतं दृश्य होतं मी ट्रेनबरोबर केलेलं. दिसायला ते इतकं साधं, सोपं वाटत होतं. तीन मुख्य पात्र – जमाल, सलीम आणि लतिका एका भयानक अनाथाश्रमातून पळ काढतात. कारण तिथला प्रमुख जो असतो त्याला या तिघांना अपंग बनवून बाहेर भीक मागायला पाठवायचं असतं. त्या अनाथाश्रमातल्या इतर मुलांचं तेच होतं. ती दुष्ट माणसं त्यांचा पाठलाग करताहेत म्हणून आम्ही मुलं रेल्वेच्या बाजूने धावत सुटतो... एखाद्या धावत्या गाडीत उडी मारता यावी म्हणून. जमाल आणि सलीम गाडीत चढण्यात यशस्वी होतात. पण लतिका मुलांपेक्षा हळू धावणारी आहे आणि तिला ते जमत नाही. ती जमालचा हात पकडते पण शेवटच्या क्षणी तो तिचा हात सोडून देतो.

चित्रीकरणासाठी त्यांनी वापरलेली ट्रेन खरीखुरी होती. मी जेव्हा ती पाहिली, तेव्हा मी खरंच घाबरले होते. ट्रेनच्या बाजू बाजूने पळत राहण्याच्या कल्पनेने वाटलेली ही भीती नव्हती; पण जो ट्रेनमध्ये चढलाय त्याचा हात धरण्याची कल्पना? पाय घसरून मी पडले तर? लव्हलीननं मला धीर द्यायचा प्रयत्न केला, वारंवार....

“काळजी करू नकोस. गाडी खूप हळू जात असेल. तुला काहीही इजा होण्याची शक्यता नाही. इथे खूप जण आहेत तुझी काळजी घेणारे. तुला कुठे लागणार नाही, जखमा होणार नाहीत या गोष्टींची ते पुरेपूर काळजी घेतील. मात्र तुला खरोखर वेगानं धावायला हवं आणि तू जे करतीयेस त्यावर लक्ष केंद्रित करायला हवंस.”

त्या प्रसंगातला अभिनय करायच्या अगोदर डॅनी अंकल खूप वेळ आमच्याशी बोलत होता. नेमकं काय करायचंय हे आम्हाला सगळ्यांना समजलंय की नाही याची तो खात्री करून घेत होता. आयुष आणि अझरसाठी ते थोडं कठीण होतं, कारण त्यांना प्रत्यक्षात ट्रेनमध्ये चढायचं होतं.

अझरला ते चित्रीकरण शक्य तितक्या लवकर उरकून टाकायचं होतं. त्याला ती सगळी मजाच वाटत होती. मी घाबरले होते हे जेव्हा त्यानं पाहिलं तेव्हा तो मला चिडवायला लागला, “चपटी, डर लगता है ट्रेनसे?”

नेहमी असंच घडायचं. आमचं चित्रीकरण सुरू झाल्यापासून अझरने माझ्या अवतीभोवती राहून विदूषकी चाळे करण्याची किंवा मला चिडवण्याची एकही संधी सोडली नव्हती. बहुतेक वेळा आम्ही दोघं मौज-मस्तीत वेळ घालवायचो पण मी वैतागलेली पाहताना त्याला जो आनंद व्हायचा; त्यामुळे तो मला अजूनच त्रास द्यायला मुळीच मागेपुढे पाहायचा नाही. काही वेळा त्याला त्याच्या प्रयत्नात यशही मिळायचं.

“ए माकडतोंडी, तू सगळा घोटाळा करून ठेवणार आहेस.” मला ज्या

आचरट नावानी तो हाक मारायचा, त्यामुळे नेहमीच माझं डोकं फिरायचं आणि कधीकधी तर मी प्रचंड संतापायची. अझरची अम्मी त्याला कधी चकार शब्दानं बोलायची नाही. ती तिथं दररोज असायची पण तिने तोंडातनं अवाक्षर काढलं नाही. नुसते चहाचे कपावर कप दिवसभर रिचवत बसलेली असायची. त्या दरम्यान, अझर सेटवर फारच गोंधळ घालत असेल तर डॅनी अंकल कधीतरी अझरला नीट वागायला सांगायचा. मात्र तो त्याला रागावला कधीच नाही.

"अझर,शांत राहा. आपला शॉट झाला की, तू मस्ती करू शकतोस." तो म्हणत असे.

मला वाटतं, थोड्याशा रागावण्याने अझरचं काही बिघडलं नसतं. ते काहीही असलं तरी. त्यानं माझ्याशी भांडण उकरून काढलं तर मी नेहमीच त्याला चांगली बदडून काढायची.

हा आगगाडीचा प्रसंग बॉलीवूडच्या सिनेमामध्ये दाखवतात तसाच हुबेहूब होता. मी सुदैवी होते याबाबत. तो शॉट एकाच 'टेक' मध्ये ओके झाला. मी मात्र खरीखुरी आगगाडी पाहिल्यावर थोडी भेदरलेच होते. मी एका गोष्टीचा विचार करत होते – जर आयुषनं माझा हात सोडला किंवा मी घाबरून पडले तर....

या दृश्याच्या चित्रीकरणाच्या आधी मी आयुषशी जाणून-बुजून खूप चांगली वागले होते. प्रत्येकजण मला सांगायचा प्रयत्न करत होता की, ते फारसं कठीण नसेल माझ्या सुरक्षिततेसाठी काय काय उपाय योजलेत ते पण स्पष्ट करून सांगत होता. त्यांनी समजावून सांगितलं, अगदी आगगाडी चालतानासुद्धा दाखवलं कारण त्यांना मला पटवून द्यायचं होतं की, हे काम जोखमीचं नाही. प्रत्यक्षात घडलं असं की, मला वाटलं त्यापेक्षा ट्रेनच्या बाजूने धावणं कितीतरी सोपं गेलं. पण चपला घालून धावणं जरा त्रासाचं होतं. दृश्य चित्रित झालं तेव्हा मी इतकी दमले होते, मला श्वासही घेता येत नव्हता. अझरला चिडवायला आणखी कारण मिळालं.

पण मी मिरचीच्या दृश्यामध्ये माझा सूड उगवलाच. सलीमला (अझर) धडा शिकवण्यासाठी लतिका, दुसऱ्या शब्दात; मी माझा सूड घेते (कारण तो चित्रपटात सर्वांना धमकावत, दरडावत असतो अणि बाळाला खाली टाकायची धमकी देत असतो.) तसा मी खऱ्याखुऱ्या आयुष्यात घेतला. माझं इतकं मनोरंजन झालं म्हणून सांगू!

अझरच्या अंतर्वस्त्रात मिरच्या ठेवायच्या कल्पनेनं तो नेहमीपेक्षा थोडा शांत झाला. या प्रसंगाबाबत तो फारसा खूश नव्हता. सहाय्यक दृश्याची तयारी करत होते तेव्हा आयुष आणि मी त्याला निर्दयीपणे चिडवत होतो. "अझर के पँट में मिर्ची" "ए अझर,तुला तिखट जेवण आवडतं ना?... मिरचीचा ठसका हवाय?"

अझर सोडून प्रत्येकजण हसत होता. तो कुरकुरत होता आणि लव्हलीनला

विचारत होता, "ये मिर्ची बहोत गरम तो नहीं है ना?"

"अझर, सगळं काही ठीक होईल. आपण अगदी सौम्य मिरच्या निवडल्या आहेत. तुला क्वचितच काही संवेदना जाणवेल. शपथ!"

शेवटी प्रत्येकजण आपापल्या जागेवर गेला. इतर एक्स्ट्रॉ मुलं चटयांवर झोपली... सगळी एकमेकांना खेटून. त्यांच्या मधोमध अझर झोपला. बिचारा काळजीत दिसत होता.

"शांत राहा प्लीज... कॅमेरा सुरू झालाय."

प्रत्येकाला झोपल्याचा अभिनय करायचा होता पण काही जण अजून खुसखुसत होते.

"श्शऽऽऽ... मुलांनो, मस्ती नाही. मी म्हटलं, आता कॅमेरा सुरू झालाय."

गंभीर चेहरे ठेवणं आम्हाला फार जड गेलं. अगदी अझरला सुद्धा आता फिदीफिदी हसायला येत होतं. पूर्ण शांतता पसरेपर्यंत थोडा अवधी जावा लागला. त्या दृश्यात लतिका उठते. पाऊल न वाजवता टाचांवर चालत सलीमच्या चटईकडे जाते. काळजीपूर्वक त्या लाल छोट्या मिरच्या त्याच्या अंतर्वस्त्रात सोडते आणि झपकन तिच्या जागेवर परत जाते... त्या आगीनं सलीम कधी जागा होतोय याची वाट पाहात बसते.

मी हे सगळं करत असताना मला फार "चालू" असल्याचा अभिनय करायचा होता. नंतर सलीम किंचाळू लागल्यावर जोरजोरानं हसायचं होतं. सांगायला नकोच; मला अभिनय करावा लागला नाही आणि इतरांनासुद्धा. अझर जेव्हा वेदनांनी विव्हळत, ओरडत चटईवरून उडी मारून उठला तेव्हा सगळी मुलं 'जागी' झाली आणि हसू लागली, त्याच्याकडे बोट दाखवायला लागली – अगदी सहजतेने अझरनं उडी मारली, नागडा होऊन वेड्यासारखा बाथरूमकडे धावला आणि पाण्याचा पाईप घट्ट पकडून दोन पायांमध्ये पाणी मारून ती आग शमवू लागला तेव्हा इतर सर्व कलाकार हसत होते आणि ओरडत होते –

"अझरच्या पोपटाला मिर्ची! अझरच्या पोपटाला मिर्ची!" पटकथेत लिहिलं होतं आम्ही हसावं असं पण आम्ही सगळे इतके हसलो, इतके हसलो की आम्हाला रडू यायला लागलं! पण, मला हे मान्यच करायला हवे की, अझरने त्याला वेदना होत असल्याचा इतका अप्रतिम अभिनय केला! तुम्ही पाहायला हवं होतंत तो कसा चित्रविचित्र तोंड करत होता ते! त्याचं तोंड सताड उघडं, डोळे सर्व दिशांनी गरागरा फिरत होते. मी अजूनही त्याला यावरून चिडवणं, त्याची चेष्टा करणं थांबवलं नाहीये.

शेवटी आमचा एक नाच होता. माझी रुक्सरबरोबरची सगळी प्रॅक्टिस यावेळी कामाला आली. 'रिंगा रिंगा' या गाण्यावर नाच करायला मला मनापासून आवडलं.

मी जेव्हा अगदी पहिल्यांदा हे गाणं ऐकलं तेव्हाच मी त्याच्या प्रेमात पडले. आणि काही वेळा ऐकून मला त्यातले शब्दही पाठ झाले. या नृत्यावर डॅनी अंकलने खूप 'टेक्स' घेतले. कारण त्याला वेगवेगळ्या कोनांमधून तो नाच चित्रित करायचा होता. पण मला त्याचं वाईट वाटलं नाही – उलट मी त्याची मजा लुटली. तो नाच मी सतत करत राहिले असते.

या गाण्यासाठी मला लोहमार्गावर गायचं आणि नाचायचं होतं. मी एकीकडे गात होते आणि गाण्याच्या तालावर नाचत होते. अगदी बॉलीवूडच्या अभिनेत्रीसारखी. अभिनयाखेरीज माझं स्वत:चं गाणंसुद्धा सिनेमामध्ये असल्याने मी रोमांचित झाले होते. मी विचार करत होते, 'माझ्याकडे बघता बघता आणि हे गाणं ऐकता ऐकता पब्लिकसुद्धा डोलू लागेल.'

इतके दिवस मी वेगवेगळ्या नट्यांच्या नकला करत होते. आता माझ्यावर एक गाणं चित्रित झालं होतं आणि ते पूर्णत: वेगळं होतं! त्या रात्री मी जेव्हा घरी गेले, मी माझ्या चुलत बहिणीच्या घरी धावले. मला ज्यात नैपुण्य मिळवावं लागलं असे पदन्यास दाखवायला! रुक्सरसुद्धा माझ्याइतकीच उत्तेजित झाली होती. ती आली आणि माझ्या शेजारी उभी राहून लगेच माझ्याप्रमाणे पावलं टाकू लागली. माझे चाचा-चाची आम्हाला खोलीच्या मध्यभागी तसा नाच करताना पाहून हसत होते.

दहा दिवसांनी आम्ही सिनेमातलं शेवटचं गीत 'जय हो' व्ही.टी. स्टेशनवर चित्रित केलं. आता माझ्या खात्यावर दोन गाणी जमा होती.

माझी चुलत भावंडं माझ्या नवीन नृत्याच्या स्टेप्स पटपट शिकून घ्यायची. आम्ही अनेक संध्याकाळी या स्टेप्स करण्यात घालवल्या. दररोज रात्री मी जेव्हा चित्रीकरण संपवून घरी परतायची, तेव्हा मी माझ्या कुटुंबाला त्या दिवसाच्या दृश्याची गोष्ट सांगायची. मिरच्यांची ती गोष्ट तर माझ्या छोट्या भावाने – अब्बासने विशेष एन्जॉय केली. कुणाच्या तरी अंतर्वस्त्राच्या आत मिरच्या ठेवण्याच्या केवळ विचारानेच त्याला वेड्यासारखं हसू लोटलं. त्याच्या दृष्टीने वस्तीमधल्या इतर मुलांची खोडी काढायला चांगली युक्ती होती ती! अब्बांविषयी बोलायचं तर, मी ट्रेनचं दृश्य फक्त एका 'टेक' मध्ये संपवलं होतं यावर त्यांचा विश्वासच बसेना. पण प्रत्येकजण सर्वात भारावून गेला तो 'मी अनिल कपूरला भेटले,' ही बातमी त्यांना सांगितल्यावर.

तो भारतातला सुपरस्टार आहे. त्याने डझनावारी चित्रपट केले आहेत. मी त्यातले कित्येक पाहिले आहेत – थिएटरमध्ये किंवा दूरदर्शनवर. आता मात्र माझ्या परिवाराची खात्री पटली होती की, मी खरंच एका मोठ्या सिनेमात काम करतेय.

या सिनेमात त्याची भूमिका 'प्रेम'ची आहे – 'कौन बनेगा करोडपती'चा

यजमान. सिनेमाचं चित्रीकरण अपेक्षेपेक्षा दीर्घकाळ लांबलं. तसं डॅनी अंकलनं एकीकडे मोठ्या नटांबरोबर काम करण्यास सुरुवात केली. म्हणून मला अनिल कपूरचा अभिनय पाहायला मिळाला. आम्हाला कधीकधी मोठे झालेले जमाल आणि लतिकाही भेटायचे... त्यांची कामं अनुक्रमे देव पटेल आणि फ्रिदा पिंटोनं केली होती. मी, आयुष आणि अझर ते कसा अभिनय करतात हे लक्षपूर्वक पाहायचो. मला खरंच ते आवडले. फ्रिदा दीदी खरंच आमच्याशी छान वागायची. आम्ही विनोद करायचो आणि मला विशेषत: ती तिच्या दृश्यांसाठी तयार होताना तिला पाहणं आवडायचं.

मी अनिल कपूरला वास्तव जीवनात टीव्ही गेम शोच्या सेटवर पहिल्यांदा पाहिलं. तो शो आमच्या बरोबरच ठेवला होता. खोट्या खोट्या प्रेक्षकांसाठी तिथे खुर्च्या होत्या. कॅमेऱ्याचा रोख सेटच्या मध्यभागी असल्याने कुणीही प्रेक्षकांमध्ये जाऊन बसू शकत होते. केवळ मीच नाही, प्रत्येकालाच अनिल कपूरला बघायचं होतं! पण तो मला ओळखत नव्हता. त्याच्यासाठी मी केवळ एक एक्स्ट्रॉ होते. त्याला अजून माहीत नव्हतं की, माझी भूमिकासुद्धा महत्त्वाची होती.

त्या दिवशी मला त्याची सही घ्यायची संधी मिळाली नाही. पण मला दुसरी संधी मिळेल याची खात्री होती. नुसतं त्याला बघणं केवढं विस्मयकारक होतं! घरी प्रत्येकजण मला प्रश्न विचारून भंडावून सोडत होता –

"अनिल कपूर कैसा लगता है?" "मस्त क्या?" "रुबिना तूने अनिल कपूरसे बात की?"

माझे अब्बा आणि चाचा त्यांच्यावर या बातमीचा खास करून प्रभाव पडला होता. अनिल कपूरचे सिनेमे बघत ते मोठे झाले होते. माझ्या वडिलांच्या आवडत्या चित्रपटांपैकी एक होता 'मिस्टर इंडिया' या चित्रपटात अनिल कपूरला एक असे उपकरण मिळते ज्यामुळे तो लोकांसमोर अदृश्य होऊ शकतो.

"तू नक्कीच प्रसिद्ध लोकांना भेटतेयस. खऱ्या स्टारचं आयुष्य जगते आहेस तू." माझे अब्बा म्हणाले.

ते खरंच होतं. चित्रीकरण स्वप्नवत भासत होतं. आणि ते कधीच संपू नये असं मला वाटत होतं. असा एकही दिवस गेला नाही, ज्या दिवशी आम्ही धमाल केली नाही.

तीन आठवडे आम्ही सर्वांनी एकत्र काम केल्यावर डॅनीनं आम्हा सर्वांना काही सांगण्यासाठी आत बोलावलं. लव्हलीननं त्याचं भाषांतर केलं आणि ही आमची शेवटची भेट आहे हे थोड्याच वेळात आम्हाला कळून चुकले.

"मुलांनो, चित्रीकरण संपलंय. आम्हाला जे हवं होतं ते सारं काही चित्रीत झालंय. आता मला मोठ्या नटांवर लक्ष केंद्रित करायचंय. थँक्यू. तुमच्याबरोबर

काम करताना मजा आली.'' हे घडणारं हे मला माहीत होतं. पण ते इतक्या लवकर घडणार नाही अशी आशा कुठेतरी मनात होती. महिनाभर आम्ही या सिनेमासाठी आमचं सर्वस्व ओतलं होतं. सेटवरच्या जीवनाची सवय झाली होती आम्हाला. डॅनी, लव्हलीन, नताशा आणि इतर सहकाऱ्यांचा निरोप घेणं जड जात होतं. प्रत्येकजण आमच्याशी इतक्या प्रेमळपणे आणि छान वागत होता. हे सगळं मागे सोडून जायचं या कल्पनेनंच मला खूप दु:ख झालं. कॅमेऱ्यासमोर उभं राहणंही यापुढे घडणार नव्हतं. त्याचंही दु:ख अर्थात होतंच आणि आता एखाद्या नटीला मिळते तशी वागणूकही मिळणार नव्हती.

''इतके उदास होऊ नका! तुम्हाला स्वत:ला मोठ्या पडद्यावर पाहायचं नाहीये का?''

''हो!''

''मग थांबा आणि पहा तुमचं तुम्हालाच नवल वाटेल!''

''हम कब मिलेंगे?''

''अर्थातच आपण सगळे पुन्हा भेटूच. आपलं सिनेमांचं चित्रीकरण अद्यापि संपलं नाहीय. आणि त्यानंतर मी इंडियात आणखीन काही दिवस राहणार आहे. मी वचन देतो आपण एकमेकांना बरेचदा भेटू.''

झोपडपट्टीकडे परत येणं कठीण होतं. गोष्टी पूर्वीसारख्याच राहिल्या नव्हत्या. आइसक्रीम आणि चॉकलेट्स खाणं आणि कोल्ड्रिंक्स पिणं बंद झालं होतं. स्टुडिओतली माणसं खरंच फार चांगली होती. वस्तीमध्ये राहणं, पुन्हा जमवून घेणं मला जड गेलं.

यानंतर काही दिवसांनी परवेश वस्तीमध्ये आम्हाला घेऊन जायला आला. ''डॅनीला तुम्हाला भेटायचंय. मला वाटतं त्याच्याजवळ तुमच्यासाठी एक 'सरप्राईज' आहे.''

माझे दोस्त आणि डॅनी अंकलना पुन्हा भेटताना माझा आनंद गगनात मावेना. आणि एक सरप्राईज! मला कधी कुणी आजवर सरप्राईज दिलं नव्हतं. मी विचार करत होते काय बरं असेल ते.

आम्ही पुन्हा 'इंडिया टेक वन' च्या ऑफिसमध्ये गेलो. तिथे आमचं एका सांताक्लॉजनं स्वागत केलं. त्या दिवशी २४ डिसेंबर तारीख होती आणि एका तंत्रज्ञाने आमच्यासाठी सांताक्लॉजचा वेष परिधान केला होता! मी सांताक्लॉजला फक्त टीव्हीवर पाहिला होता. घरी काही आम्ही ख्रिसमस साजरा नाही करायचो. तो इतर दिवसांसारखाच एक सामान्य दिवस असायचा. पण मी त्या दिवसाविषयी ऐकलं होतं. मुलांना भेटवस्तू दिल्या जातात हेही माहीत होतं. मी, आयुष,अझर आम्हाला सुद्धा आज भेटवस्तू मिळाल्या. रंगीत पेन्सिली, कॅन्डीज, थोडी खेळणी

इ. आमचा वेळ मजेत गेला. डॅनी अंकलबरोबर खेळायला मला आवडतं आणि त्याची सदैव हसरी मुद्राही आवडते.

अगदी नववर्षासाठीसुद्धा आम्हाला डॅनी अंकलनं बोलवलं आणि त्यांनी अजून भेटवस्तू दिल्या. या वेळी मला काही खेळणी अशी मिळाली जी वापरून समुद्र किनाऱ्यावर पर्वत उभे करता येतात. आणि काही अंधारात चमकणारे स्टिकर्स होते.

मी खूपच हर्षित झाले, कारण आम्हाला क्वचितच कुणी भेटवस्तू देतो तीसुद्धा खेळणी? डॅनी अंकल आम्हाला विसरले नाहीत आणि आम्ही त्याच्यासाठी 'कुणीतरी महत्त्वाचे' आहोत ही भावनाच किती आनंददायक होती!

फक्त हिंदी? छे!

माझा पहिला चित्रपट, 'स्लमडॉग मिलेनिअर' मधलं माझं चित्रिकरण संपून काही दिवस झाले होते. आयुष्य पूर्वपदाला आलं होतं. परंतु आता मला माझ्या भवितव्याविषयी अधिक विश्वास आणि उमेद वाटत होती. अगदी आरंभापासून डॅनी अंकल आम्हाला सांगत आले होते की, आम्ही शाळेत जाणं गरजेचं होतं. सेटवरील प्रत्येकजण शिक्षणाचं महत्त्व ठासून सांगत होता. डॅनी अंकलच्या दृष्टीने ती सर्वात महत्त्वाची गोष्ट होती. झोपडपट्टीतून बाहेर पडण्याचा आणि सर्वसामान्य आयुष्य जगण्याचा एकमेव मार्ग. माझी चुलत बहीण रुक्सर खेरीज आमच्या घरात इंग्लिश कुणीच बोलत नसे. त्याऐवजी माझ्या अब्बांना आम्ही उर्दू शिकायला हवं होतं; ती कुराणाची भाषा असल्याने शिवाय इंग्रजी शाळा फार महागड्या असतात हेही कारण होतं. शिवाय आमच्या वस्तीजवळ अशी एकही शाळा नव्हती. त्यामुळे या गोष्टीचा मी विचारच करू शकत नव्हते. मला इंग्लिश येत नसल्याचं 'स्लमडॉग'च्या चित्रीकरणापूर्वी कधीच वाईट वाटलं नव्हतं पण सेटवर जेव्हा मला दिसलं प्रत्येकजण इंग्लिशमध्ये बोलतोय; तेव्हा मला त्यांच्यापैकी एक होऊन ते काय बोलताहेत ते समजून घ्यायचं होतं. तेव्हा मला जाणवलं डॅनी अंकल आणि इतर जे सांगत होते ते योग्यच होतं. मला कलावंत व्हायचं असेल आणि चांगल्या लोकांमध्ये मिसळायचं असेल तर शिक्षण घेणं आणि इंग्लिश बोलणं फार महत्त्वाचं होतं.

मी बघते सिनेमांमध्ये लोक फार छान बोलतात आणि चांगल्या शिष्टाचारात मुरलेले असतात ते. ते शिव्या देत नाहीत, एकमेकांना नावं ठेवत नाहीत किंवा ओरडत नाहीत. मला खात्री आहे त्या सर्वांनी फार चांगलं शिक्षण घेतलं असणार आणि इतके हुशार असतात ते! याचं कारण नक्कीच संपन्न पार्श्वभूमीतून येत

असणार ते. झोपडपट्टीतून एखादा अभिनेता पुढे आल्याचं मी कधी ऐकलं नाही. अझरला देखील हे समजून चुकलंय की, आपल्याला जर अभिनेता बनायचं असेल तर आपल्याला बऱ्याच गोष्टी शिकायला हव्यात. हीच ती वेळ होती जेव्हा आम्हाला या गोष्टीचं भान आलं की, आपल्याला जर नाव कमवायचं असेल तर आम्हाला स्वत:मध्ये सुधारणा घडवून आणण्यासाठी किती मेहनत घ्यावी लागणार आहे.

डॅनी अंकलनं आम्हाला वचन दिलं होतं की, चित्रीकरण संपल्याबरोबर ते आम्हाला एका इंग्रजी भाषिक शाळेत दाखल करतील म्हणून. त्यांनी त्यांचं वचन पाळलं. साधारण मार्चच्या सुरुवातीला त्यांनी आणि लव्हलीननं माझं आणि अझरचं नांव दाखल करण्यासाठी 'असीमा स्कूल'ला भेट दिली. असीमा सेंटर एक इंग्लिश माध्यमाची शाळा होती. खास करून गरीब मुलांसाठी ती फार प्रसिद्ध असल्याने तिथे प्रवेश मिळणं फार कठीण होतं. ज्या दिवशी त्या शाळेच्या पालकांना शिक्षकांची भेट घेता येते अशा दिवशी डॅनी अंकल शाळेत गेले. तिथल्या शिक्षकांना भेटले, ते कशा प्रकारचं शिक्षण देतात याची चौकशी केली आणि आम्हाला शाळेत प्रवेश द्यावा याकरिता शाळेच्या मुख्याध्यापकांचं मन वळवलं. अंकलनेच सगळ्या औपचारिक बाबी पार पाडल्या, कारण माझ्या अब्बांना यातलं फारसं काही समजत नाही.

शाळेनं आम्हाला नवा नेव्ही ब्लू रंगाचा गणवेश त्याचप्रमाणे पुस्तकंही पुरवली. नवी पुस्तकं मिळाल्यावर मला अतिशय आनंद झाला होता आणि मी ती पुन्हा पुन्हा चाळत होते. त्यांची पानं पांढरी कुरकुरीत होती आणि त्यावर सगळं काही इंग्लिशमध्ये लिहिलं होतं.

डॅनी अंकलनी आमच्यासाठी भाड्याची रिक्षाही ठरवून टाकली. दररोज सकाळी आमच्या वस्तीत येऊन ती आम्हाला घेऊन जायची आणि शाळा सुटल्यावर संध्याकाळी आम्हाला परत घरी आणून सोडायची. त्या रिक्षाचं भाडं होतं पंधराशे रुपये पण मला वाटतं, डॅनी अंकलसाठी ते फार नव्हतं. लव्हलीन आंटी अब्बांना हेही म्हणाली, "डॅनीची सहायक मॅक्झिमा, तुम्हाला नियमित फोन करत राहील... तुम्हाला काही हवंय का ते बघायला."

असीमातले वर्ग उर्दू शाळेसारखे सकाळी नाही तर दुपारी भरायचे. १२ जूनला, बरोबर एक वाजता रिक्षा आमच्या वस्तीच्या बाहेर आली; आम्हाला शाळेत घेऊन जाण्यासाठी. तो पहिलाच दिवस होता. दहा मिनिटांचा रस्ता होता तो. मला स्मरतंय मी त्या दिवशी रोमांचित झाले होते आणि त्याचवेळी हुरहुर लागली होती मनाला!

उर्दू शाळेत मी इयत्ता चौथीत होते परंतु माझं इंग्रजी अतिशय कच्चं असल्याने

त्यांनी मला पहिलीत घेतलं – केजीच्या पुढचा वर्ग. मी अझरच्या बरोबर होते आणि सुमारे पन्नास विद्यार्थी असलेल्या त्या आमच्या वर्गात आम्ही दोघं वयाने सर्वात मोठे होतो. जेव्हा आम्ही एका सिनेमात काम केलंय असे इतर विद्यार्थ्यांनी ऐकलं तेव्हा त्यांची आमच्याकडे बघण्याची दृष्टी ताबडतोब बदलली, सुदैवच आमचं. बरीचशी मुलं पुढे येऊन आम्हाला प्रश्न विचारू लागली, त्यांना खूप काही जाणून घ्यायचं होतं – कॅमेऱ्यासमोर अभिनय करणं खरंच कठीण होतं का? तो सिनेमा कशावर होता आणि याहून महत्त्वाचं म्हणजे आम्हाला कोणी नट-नट्या भेटल्या होत्या का वगैरे. लवकरच आमचे खूप मित्र बनले आणि तिथे ळणं फार कठीण नाही गेलं.

वर्ग चालू असताना देखील अझरची वटवट चालूच असायची. पण मी माझ्या कामावर लक्ष केंद्रित केलं. वर्ग चालू असताना मी इतर मुलांबरोबर फारशी बोलत नसे. गणिताचा मला मनस्वी तिटकारा होता. पण इंग्लिशवर माझं खूप प्रेम होतं. तरीसुद्धा, मी प्रत्येक विषयावर मेहनत घ्यायची. मोठ्या माणसांसारखं कसं बोलायचं, सुसंस्कृतपणे कसं वागायचं आणि सभ्यता-शिष्टाचारपूर्वक वागणं जितक्या वेगाने शिकता येईल तितकं लवकर शिकण्यास मी उत्सुक होते.

शाळेत मी आनंदाने जात असे कारण मी खूप चांगल्या मैत्रिणी जोडल्या होत्या. आम्ही खेळायचो, गप्पा मारायचो, आपापल्या कुटुंबाबद्दल बोलायचो. रोज मी नवीन काहीतरी शिकत होते. घरी गेल्यावर मी शिकलेल्या नवीन इंग्रजी शब्दांची उजळणी माझ्या चुलत भावंडांजवळ, सानाजवळ आणि अब्बासजवळ करत असे.

रात्री मी त्यांना म्हणायची "गुडनाईट, स्वीट ड्रीम्स."

लवकरच माझी वर्गातली मेहनत लक्षात येऊ लागली. सुमात्राने – माझ्या वर्गशिक्षिकेने माझ्या वागण्यावर आणि प्रगतीवर प्रसन्न होऊन मला वर्गप्रमुख बनवलं. ती वर्गाच्या बाहेर गेल्यावर मी तिची जागा घेत असे आणि वर्गावर लक्ष ठेवीत असे. इतरांना त्रास देणाऱ्या किंवा अभ्यासात व्यत्यय आणणाऱ्या मुलांना शिक्षा करण्याची किंवा मी सांगितलेलं ज्यांनी ऐकलं नाही अशा मुलांना शिक्षा करण्याची मला मुभा होती. मी माझी भूमिका समरसून करत असे आणि मी तिथे असेपर्यंत स्वत:ला शिक्षिकेपेक्षा कमी समजत नसे.

माझं हे वागणं कुणी मनावर घेत नसे. अपवाद फक्त अझरचा. अर्थातच त्यानं माझी टिंगलटवाळी करण्याची संधी घेण्याचं साहस केलं नसतं. चित्रीकरण संपल्यापासून अझर आणि मी इतके चांगले मित्र राहिलो नव्हतो. वस्तीमध्ये केव्हातरी अचानक तो भेटायचा, पण मी माझं अंतर राखून होते.

"उसके दिमाग का टॉप फ्लोअर खाली है।" मी म्हणत असे, माझ्या केवळ चांगल्या वर्तणुकीमुळे मला वर्गप्रमुख केलं गेलं नव्हतं; तर माझा रिझल्टही उत्तम होता. जवळजवळ सर्वच विषयात मला खूप चांगले गुण मिळाले. "हे खरंच

कौतुकास्पद आहे.'' माझी टीचर मला म्हणाली. इंग्लिश, गणितात तर मला जवळपास पैकीच्या पैकी गुण मिळाले. मला खात्री होती डॅनी अंकलना माझा खरंच अभिमान वाटला असता. या दरम्यान अझरला सगळ्या विषयात जेमतेम 'ब' श्रेणी मिळाली.

इतका छान रिझल्ट लागल्यामुळे मी अगदी खूश होते. चित्रीकरणाच्या काळात अझरने मला सर्वकाळ जो त्रास दिला होता तो मी विसरले नव्हते!

आता मला त्याचं वागणं शाळेतही सहन करावं लागत होतं. अर्थात शाळेतही तो मला मूर्खासारखा माकड वगैरे प्राण्यांची नावं घेऊन हाक मारायचा. खेळाच्या मैदानावर इतर मुलांबरोबर नेहमी भांडणं उकरून काढायचा.

त्याची आवडती युक्ती होती माझी नक्कल करणं. आणि मी जे बोलेन त्याचा पोपटासारखा पुनरुच्चार करणं. या गोष्टीचा मला इतका राग यायचा की कधी-कधी मला त्याला चोपून काढावंसं वाटायचं.

''खाली बस!''

''खाली बस!''

''शटअप अझर!''

''शटअप अझर!''

खरोखरीच, तो इतका त्रास द्यायचा ना. वर्गात माझ्याच वयाची एक अंजली नावाची मुलगी होती. आम्ही जिवलग मैत्रिणी बनलो आणि नेहमी एकत्र असायचो. त्यामुळे परीक्षेच्या काळात आम्ही एकमेकींचं बघून लिहू अशी चिंता शिक्षकांना वाटायची. म्हणून आम्ही परीक्षेच्या दिवसात वेगवेगळ्या बसत असू. पण त्यामुळे काही फरक पडायचा नाही. कारण इतर वेळी आम्ही सगळा वेळ एकत्र खेळण्यात, दोरीवरील उड्या मारण्यात किंवा नुसत्या गप्पा मारण्यात घालवायचो.

शाळेत माझं कसं काय चाललंय, मला कशाची जरूर आहे का हे बघायला डॅनीची मदतनीस मॅक्झिमा नेहमी मला, अब्बांना फोन करायची. एवढं सोडलं तर 'चित्रीकरण' हा एव्हाना आमचा केवळ भूतकाळ झाला होता.

ऑगस्ट महिन्याच्या शेवटी शेवटी मॅक्झिमानं आम्हाला फोन करून सांगितलं की 'स्लमडॉग' अमेरिकेत प्रदर्शित झालाय. तो भारतातही प्रदर्शित होऊन आम्हाला तो पडद्यावर संपूर्ण रूपात पाहायला मिळेल याची आम्हाला खात्री नव्हती. बरेचदा आम्ही 'जय हो' किंवा 'रिंगा रिंगा' हे गाणं माझी चुलत बहीण रुक्सरबरोबर गायचो. त्यावरच्या नृत्याच्या सगळ्या स्टेप्स तिनं आत्मसात केल्या होत्या आणि आमच्या दोघा छोट्या भावांनाही (अब्बास आणि मोहसिनलाही) शिकवल्या होत्या. माझा चुलतभाऊ मोहसिन आता ऑडिशन्स करण्यास तसेच मेडिकलला जाण्यापूर्वी चित्रपटाचा एक हिस्सा बनण्यास कमालीचा उत्सुक होता.

एरवी आयुष्य जवळपास सर्वसाधारण होतं. खेळणं, मित्रांबरोबर वेळ घालवणं चालूच होतं. घरची परिस्थिती तितकीशी चांगली नव्हती, कारण अब्बांना झालेल्या एका अपघातामुळे ते कामावर जात नव्हते. आमच्या घराजवळच्या लोहमार्गावरील पुलाच्या पायऱ्यांवरून ते पडले होते आणि त्यांच्या घोट्याला दुखापत झाली होती. सुदैवाने काही शेजाऱ्यांनी त्यांना मदत करून माझ्या दादीच्या घरी आणलं. त्यांना असह्य वेदना होत होत्या. चेहरा लालबुंद झाला होता. त्या अवस्थेत त्यांच्याकडे बघताना मला इतकं वाईट वाटलं की मला रडू आवरेना. त्यांच्यावर एकापाठोपाठ एक शस्त्रक्रिया झाल्या. सिनेमामधील माझ्या भूमिकेबद्दल मला मिळालेल्या चाळीस हजार रुपयांपैकी बरेचसे पैसे या उपचारांसाठी खर्च झाले. (वास्तविक मला कितीतरी अधिक पैसे मिळाले होते; पण परवेशने पूर्ण रक्कम न देता आम्हाला फसवलं होतं.)

माझे वडील बरे झाले. पण त्यांचा घोटा अजून पूर्ण बरा झाला नव्हता. त्यामुळे सुतारकाम करायला ते जाऊ शकत नव्हते. यापूर्वी जिथं बांधकामं चालायची अशा ठिकाणी ते दिवसाकाठी शंभर-दोनशे रुपये मिळवायचे – जे रोजच्या जेवणाच्या खर्चासाठी जेमतेम पुरत असत. कधीकधी ते जास्तही कमवायचे, तेव्हा ती रक्कम विजेचं बील आणि इतर खर्चांसाठी वापरली जायची. वस्तीमध्ये कुणी विजेशिवाय राहू शकत नाही, कारण घरात हवा येण्यासाठी खिडक्याच नसल्याने आतमध्ये श्वास घेणं देखील मुश्कील होतं. आता निदान आमच्याकडे आमचं स्वत:चं कनेक्शन तरी होतं. या आधी आमच्याकडे तेही नव्हतं. तेव्हा आम्ही आमची वायर शेजाऱ्यांच्या प्लगमध्ये घालून वीज घेत असू. अर्थात काही पैसे देऊनच!

तरीसुद्धा घरी हातातोंडाची गाठ पडणं कठीण जात होतं. सहा माणसांचं पोट भरायचं होतं – मी, दादी, माझी बहीण, भाऊ, अब्बा आणि त्यांचा भाऊ – माझा चाचा गुलाम. अब्बाहून दोन वर्षांनी मोठा असलेल्या गुलाम चाचाने दारू प्यायला सुरुवात केल्यानं त्याचं चहाच्या टपरीवर जाणं थांबलं होतं. अब्बांकडे काम नव्हतं तेव्हा त्यांनी ते काम आपल्याकडे घेतलं. कसेबसे तग धरून राहण्याइतपत पैसे त्यातून मिळत होते.

डाळभातासारखं परवडणारे साधे जेवण आम्ही घेऊ लागलो. मटण-मांसाचा बेत हा फक्त खास प्रसंगी केला जाऊ लागला. "वस्तूंच्या किंमती वाढत चालल्या आहेत." माझी दादी सदैव कुरकुर करताना माझ्या कानावर पडायचं. मटण, चिकन खरंच खूप महागलं होतं. चाळीस रुपयांवरून शंभर रुपये किलोवर भाव गेला होता. त्याचा अर्थ आमच्यासाठी बिर्याणी खाणं दुर्मिळ! ज्यांनी आम्हाला नेहमीच प्रत्येक गोष्ट आणून दिली होती अशा अब्बांसाठी तो काळ फार कठीण होता.

मी इंग्लिश शाळेत जायच्या केवळ काही दिवस अगोदर माझ्या अब्बांना मुन्नी

भेटली. त्यांच्याहून दोन वर्षांनी लहान, म्हणजे चौतीस वर्षांची. ती मुसलमान होती. तिचा पहिला नवरा तिला पूर्वी टाकून गेला होता. तेव्हा ती तिच्या तीन मुलांबरोबर कलकत्ताहून मुंबईला आली होती. इतरांसारखीच मुन्नी मुंबईत आली तेव्हा तिच्या मनात आशा होती की, इथे सहज काम मिळेल. वस्तीमध्ये अशी बरीच माणसं आहेत जी आपलं गाव सोडून चांगलं जीवन जगता यावं यासाठी मुंबईकडे आली. दररोज मी आमच्या बऱ्याच शेजाऱ्यांकडे त्यांचे नातेवाईक आलेले पाहाते. कुठलंही काम मिळवण्याच्या प्रयत्नात असतात ते. दरवर्षी वस्तीमध्ये अधिकाधिक माणसं येत राहतात. माझी दादी म्हणते ते बरोबर आहे. लोकांना मुंबई ही स्वप्ननगरी वाटते. पण मनात विचार येत राहतो यातल्या किती जणांचं स्वप्न पुरं होत असेल? मला या गोष्टीचा आनंद आहे की माझं नशीब इतरांपेक्षा चांगलं आहे.

माझ्या सावत्र आईविषयी बोलायचं तर ती आमच्या वस्तीत बरीच वर्षे राहत होती. अगदी माझ्या चाचांच्या खोपटाजवळच. शहरातल्या एका श्रीमंत परिसरात तिच्या सर्वात मोठ्या मुलीबरोबर ती मोलकरणीचं काम करायची. तिचं नाव सुरैया. ती सतरा वर्षांची होती. ती एका मोठ्या घरात साफसफाई, कपडे धुणं आणि भाज्या चिरणं हे काम करायची. तिची दुसरी दोन मुलं – चौदा वर्षांची संजीदा आणि अकरा वर्षांचा आमिर... बहुतेक वेळा त्यांच्या आजीबरोबर कोलकत्याच्या एका झोपडपट्टीत राहतात.

एक दिवस रात्रीच्या जेवणानंतर साना आणि मी अशाच बाहेर खेळायला चाललो होतो. तितक्यात अब्बांनी आम्हाला परत बोलावलं.

"एक मिनिट थांबं, मला तुमच्याशी काही बोलायचंय."

"काय झालं?"

"तुम्ही मुन्नीला ओळखता. हो ना?"

अर्थातच आम्ही मुन्नीला ओळखत होतो. ती बरेचदा माझ्या वडिलांना भेटायला यायची आणि आम्ही त्यांना वस्तीमध्ये खूप वेळा एकत्र बोलताना पाहिलं होतं. अब्बांनी आम्हाला तिची ओळख त्यांची मैत्रीण म्हणून करून दिली होती.

"हो, का?"

"मी तिच्याशी लग्न करायचा विचार करतोय."

ते म्हणाले, मुन्नीनं हा रिश्ता स्वतःच जुळवून आणला होता आणि ते आमच्याही तितकंच भल्याचं असेल असं त्यांना वाटलं. साना आणि मी एकमेकींकडे पाहिलं. आमची काहीच हरकत नव्हती. खरं तर आम्हाला खूप आनंद झाला होता. आमच्या आई-वडिलांनी तलाक घेऊन खूप वर्षे झाली होती. मला माझी जन्मदात्री आठवतही नव्हती. आमची आणि घराची काळजी घ्यायला नवी आई येणार या कल्पनेनं मला बरं वाटलं. मुन्नी चांगली वाटत होती.

"ठीक आहे, अब्बा।"

काही महिन्यांनी शादी पार पडली. आमच्या वस्तीतला मुख्य रस्ता जिथे संपतो तिथे टोकालाच एक तंबू ठोकला होता. भल्या पहाटेपासूनच सारं घरदार स्वयंपाकात गर्क झालं आणि चिकन-बिर्याणीचा घमघमाट सर्वत्र दरवळू लागला. माझं कुटुंब आणि शेजारीसुद्धा या सोहळ्याला उपस्थित होते. मुन्नीची लहान मुलं – संजीदा, आमिर आणि अम्मी इतक्या दूर कोलकत्यावरून येऊ शकले नाहीत. प्रवास फार लांबचा होता आणि भाडं खूप. पण साना, अब्बास आणि मी आमच्या नव्या बहिणीला सुरैयाला भेटलो. ती लहानपणापासूनच आईला मदत म्हणून वस्तीतील इतर मुलांप्रमाणेच घरकामाला लागली होती. आम्ही तिला घराविषयी आणि ती ज्यांच्याकडे काम करत होती त्या लोकांविषयी बरेच प्रश्न विचारले. मला विशेष औत्सुक्य होतं, ते धनिकांची जीवनपद्धती कशी असते ते जाणून घेण्यात. झोपडपट्टीच्या बाहेरील जग मला आणि अब्बासला नेहमीच भुरळ घालत आलंय.

दोन महिन्यांनी आम्ही मुन्नीच्या घरात राहायला गेलो. त्या घराला आतून सर्वत्र गुलाबी रंग लावला होता आणि ते खूप स्वच्छं होतं. वस्तीच्या टोकाला असलेल्या गल्लीत एकच खोली होती ती, दादीच्या खोलीपेक्षा कितीतरी लहान. घराच्या अगदी समोरच सांडपाणी वाहत होतं. घराच्या मागे नजर जाईल तिथंवर उकिरडा पसरलेला. वस्तीच्या या भागात नळ नव्हते. कोलकत्याला त्यांच्या आजीजवळ राहणारे संजीदा आणि आमिर मुंबईला आले. त्यामुळे खोलीमध्ये आम्ही सहाजणं झोपत होतो. मी नेहमीच अब्बांच्याजवळ झोपायची. माझ्या पलीकडे संजीदा आणि दुसऱ्या बाजूला मुन्नी आणि आमिर. आमच्या पायाशी उरलेल्या छोट्याशा जागेत अब्बास अंगाची जुडी करून झोपायचा. सुरैया जिथे काम करायची त्या मालकांच्या घरीच झोपायची. माझी दीदी – साना, माझ्या दादीकडे राहायची. त्या खोलीमध्ये आणखीन माणसं झोपूच शकली नसती. पण आमचं आयुष्य फारसं बदललं नाही. माझ्या भावांना पाणी आणण्याचं काम देण्यात आलं होतं. त्यांना नंबर लावायला पहाटे पाच वाजता उठावं लागायचं आणि दिवसभर पुरेल इतक्या बादल्या भरून पाणी आणावं लागायचं. घर चालवताना आमच्यापैकी प्रत्येकावर काम सोपवलं गेलं होतं.

आमचं मुन्नीशी लगेच छान सूत जुळलं. आम्ही तिची स्वत:ची मुलं असल्यासारखी ती आमची काळजी घ्यायची. तिला न आवडणारी एकच गोष्ट म्हणजे मोठा आवाज. म्हणून मी माझ्या चाचांकडे टी.व्ही. पाहण्यासाठी जाऊ लागले.

मी माझ्या अब्बांच्या कधीची मागे लागले होते आम्हाला जुहू चौपाटीला घेऊन चला म्हणून. शेवटी माझ्या हट्टापुढे त्यांनी नमतं घेतलं. आणि आम्ही चौघं - माझी नवी अम्मी-अब्बा, अब्बास आणि मी बसमध्ये चढलो. बसने आम्हाला एका मोठ्या

गजबजलेल्या रस्त्यावर आणून सोडलं... जिथे जायचं स्वप्नं मी सदैव बघत आले होते अशा ठिकाणी. मी तडक पाण्याकडे धावले. तिथे जोडपी हातात हात घालून उभी होती. कुटुंबं बसली होती. कैऱ्या, शहाळी आणि चटपट्या मसालेदार दाण्यांची विक्री करणाऱ्या गाड्यांची वर्दळ होती. फेरीवाले वेगवेगळ्या रंगांचा प्रकाश बाहेर टाकणाऱ्या काठ्या विकत होते. दुसरीकडे मोठमोठे स्टॉल्स होते. तिथे पावभाजी आणि चाट विकले जात होते. बहुतेक करून सगळ्या चौपाट्यांवर विशेषत: जहू चौपाटीवर पावभाजी विकणारे स्टॉल्स आहेत. सगळ्यांना ती मसालेदार भाजी, त्याच्याबरोबर लोणी लावलेला पाव, बाजूला कांदा आणि लिंबू असलेला हा पदार्थ खूप आवडतो. मला फक्त बर्फाचा गोळा खायचा होता; त्यावर माझ्या आवडत्या कालाखट्टा स्वादाचा शिडकावा घालून केलेला. यानंतर मी सरळ पाण्याकडे धावले. माझ्या मागून माझे वडील धावत येत होते, ओरडत होते, ते मला ऐकू येत होतं "रुबिना ते धोक्याचे आहे!"

पण मी असा आव आणला की, मला ऐकायलाच येत नाहीये आणि थेट समुद्राकडे धूम ठोकली. एका हातात माझ्या चपला धरून आणि दुसऱ्या हाताने गोळा चाटत... पाणी थंडगार होतं आणि पायाखालून सरकणाऱ्या वाळूचा सुखद स्पर्श पावलांना होत होता. अगदी परिपूर्ण सुख!

"सांभाळून, रुबिना, तिथे लाटा येताहेत!"

मला प्रत्येक क्षणाचा आनंद घ्यायचा होता. पाण्यात आणखी पुढे जायचे होते पण अब्बा खरंच रागावले "तू फार वाहवत चाललीयेस रुबिना ! मागे फिर, नाहीतर आम्ही आता घरी चाललो."

मी नाराजीनंच परत फिरले. माझ्या पँटचा तळभाग ओला झाला होता आणि त्याला वाळू लागली होती. मला तासनतास लाटांशी खेळायचं होतं. ओल्या वाळूवर बसायचं होतं पण मागे फिरण्याशिवाय पर्याय नव्हता.

काही दिवसांनी मी पुन्हा सुरैया – माझ्या नव्या सावत्र बहिणीबरोबर जुहू चौपाटीला गेले. आम्ही निघण्यापूर्वी अम्मीनं आम्हाला सावध राहायला सांगितलं होतं आणि हे ही बजावलं होतं की, कुणा परक्या माणसाशी बोलायचं नाही. ती सर्वात मोठी असल्यानं स्वतंत्र होती आणि एकटी कुठेही जाऊ शकत होती. तसंच तिच्या ताब्यात आम्हाला देऊन चालणार होतं. मला आशा होती, तिच्याबरोबर अजूनच मजा करता येईल. संजीदा – माझी दुसरी नवी बहीणदेखील आमच्याबरोबर आली. बसमधून आम्ही उतरल्याबरोबर तिनं आम्हाला थोड्या मीठ लावलेल्या कैऱ्यांच्या फोडी खायला घेऊन दिल्या आणि आम्ही समुद्राच्या किनाऱ्याकिनाऱ्यानं चालू लागलो. जुहू चौपाटीवर सदैव गर्दी असते आणि ती फेरीवाल्यांनी नेहमीच फुललेली असते. एक माणूस आमचा पाठलाग करतोय हे ध्यानात यायला

आम्हाला थोडा वेळ लागला. पण काही वेळानंतर तो आमच्याकडे बघून हसू लागला आणि वेडेवाकडे चेहरे करू लागला. सुरैया, माझ्यापेक्षा मोठी होती पण तिला काय करावं ते सुचेना. ती घाबरली आणि भराभर चालू लागली. आम्ही एकमेकींना घट्ट धरलं होतं. मुख्य रस्त्यावर आल्याक्षणी आम्हाला दिसलेल्या पहिल्या बसमध्ये आम्ही उड्या मारल्या. त्या माणसाला काय हवं होतं, मला माहीत नाही पण त्याचा उद्देश नक्कीच चांगला नव्हता. आम्ही घरी आल्यावर मुन्नीला काही सांगायचं आमचं धाडस झालं नाही. मला अब्बांनाही काही सांगायचं नव्हतं. मला भीती वाटली ते आम्हाला पुन्हा कधीच एकट्याला बाहेर जाऊ देणार नाहीत.

सुरैयाने मला माझी पहिली बाहुली दिली. तिनं ती कोलकत्याहून आणली होती. तिथे ती मुन्नीबरोबर तिच्या आजीला भेटायला गेली होती. मला मिळालेल्या पहिल्या काही भेटींमध्ये ती बाहुली होती. आमच्या वस्तीमध्ये क्वचितच कुणाकडे बाहुली असते. ती गोरीपान बार्बी होती; लांब, सोनेरी केसांची. इतकी सुंदर होती ती, मी जिथे जायचे तिथे तिला घेऊन जात असे. माझ्या सगळ्या मैत्रिणी माझ्यावर जळत होत्या. मी नेहमी बार्बीला वेगवेगळ्या तऱ्हेने नटवायच्या प्रयत्नात असायची. रस्त्यावर पडलेल्या चिंध्या, कापडाचे तुकडे मी गोळा करून आणायची आणि माझ्या दादीला तिच्यासाठी नवनवीन कपडे शिवून द्यायला सांगायची.

एक दिवस जेवण झाल्यानंतर माझी एक मैत्रीण मला भेटायला आली. "मी तुझ्या घरी झोपू का? माझी आई कामाला गेलीय आणि घरी कुणी नाहीय."

"ठीक आहे. पण गप्प बैस. माझी अम्मी झोपलीय."

... माझ्या मैत्रिणीचा विचार न करता मी अम्मीच्या पलीकडे जमिनीवर लोळले. ती माझ्याच शेजारी झोपली होती. मला जेव्हा जाग आली; तेव्हा माझी बार्बी गायब झाली होती. ती मी कायम टी.व्ही. जवळ ठेवत असे. आक्रोश करत मी रडत होते. माझी एकुलती एक बाहुली हरवली होती त्याचं मला फार दु:ख झालं होतं.

काही दिवसांनी मी माझ्या त्या मैत्रिणीला बाहुलीबरोबर खेळताना पाहिलं. ती माझ्या बाहुलीपेक्षा खूपच वेगळी दिसत होती आणि तिला ओळखायला मला थोडा वेळ लागला. तिनं त्या बाहुलीच्या चेहऱ्यावर घाणेरडा मेकअप केला होता आणि माझ्या बार्बीचं रूपांतर अक्षरश: एखाद्या चेटकिणीमध्ये केलं होतं. मी याआधी कधीच न पाहिलेले वेगळे कपडे देखील तिनं तिला चढवले होते. मी खवळले. मला त्या मुलीला चांगली अद्दल घडवायची होती.

"तू माझ्या बाहुलीचं काय केलंस?"

"ती तुझी नाही, माझी आहे. तुला दिसतंय ना, ती वेगळी आहे?"

''कुणाला फसवतीयेस तू? ती माझी बाहुली आहे! तू फक्त तिला मेकअप केलायस आणि वेगळे कपडे घातलेस.''

''नाही, मुळीच नाही. तुला वेड लागलंय का?''

माझा माझ्या कानांवर विश्वास बसेना. माझा आरडा ओरडा ऐकून मुन्नी धावत आली. माझी मैत्रीण पळून गेली आणि मी तारस्वरात किंचाळत राहिले, ''झूठी! मेरी गुडीया लेकर चली गयी!''

माझ्यासाठी फार मोठं नुकसान होतं ते. माझ्याकडे फारच थोडी खेळणी होती आणि माझ्याजवळची एकमेव बाहुली आता चोरीला गेली होती. माझी बार्बी परत मिळवण्यासाठी मी खूपदा भांडले त्या मुलीशी, पण काही उपयोग झाला नाही. त्या चोरटीनं ती मला परत दिली नाही आणि मी पुन्हा तिच्याशी कधीच बोलले नाही.

सर्वात वाईट गोष्ट ही होती की, माझी दुसरी बाहुलीसुद्धा मला फार दिवस माझ्याजवळ ठेवता आली नाही. माझ्या दुसऱ्या एका मैत्रिणीला ती कचऱ्यात मिळाली आणि तिने मला ती 'भेट' म्हणून दिली. भयानक अवस्था होती त्या बाहुलीची, तिचे निम्मे केस गळले होते. पण मला त्याची पर्वा नव्हती. मला वाटायचं ती सुंदर आहे. एक दिवस एक शेजारीण आमच्याकडे रडत रडत आली. ती विव्हळत होती, छाती पिटत होती. नंतर तिनं माझ्या अम्मीला सांगितलं की, तिच्या वीस वर्षाच्या मुलीला बाहेरची बाधा झाली होती.

ती म्हणत होती, ''मुन्नी, मला कळत नाहीय काय करावं ते. तू मला मदत केली पाहिजेस.''

आमच्या वस्तीत खूप भूतं आहेत. घाणीने भरलेल्या, अस्वच्छ जागांकडे भूतं सहज आकर्षित होतात. म्हणून तर आमच्या अगदी घरामागे असलेला उकिरडा भुतांनी भरलेला आहे.

माझी नवी आई, खूप धार्मिक होती आणि तिला कुराण चांगलं पाठ होतं. कुराण वाचून ती भुतांना घालवू शकते. मुन्नी त्या बाईबरोबर तिच्या मुलीला तपासायला गेली आणि मीही मागेमागे गेले. थोडी घाबरतच पण उत्सुकतेने. त्या स्त्रीच्या घरी एक मुलगी स्वतःला मातीच्या जमिनीवर झोकून देत होती, हवेत डोकं गरागरा फिरवत होती. ती ठार वेडी वाटत होती. तिच्या डोळ्यांकडे पाहून माझी भीतीने गाळण उडाली. ते पूर्ण पांढरे होते; असे डोळे मी कधीच पाहिले नव्हते. ती रडत होती, पण डोळ्यातून एक अश्रू येत नव्हता. घाबरून मी मुन्नीचा दुपट्टा ओढला.

''अम्मी, क्या हुवा इस लडकी को?''

''तिला वाईट शक्तींनी घेरलंय. त्या शक्तींनी आता तिच्या शरीरात शिरकाव केला आहे. आपण जर त्यांना बाहेर काढलं नाही तर त्या तिला वेडी बनवतील.''

शक्य तितक्या त्वरेने मी तिथून बाहेर पडले... अम्मी तिच्या शरीरातून भूत कसं बाहेर काढतीय हे बघायचा विचारही सोडून दिला मी. भुतांच्या गोष्टींनी मला कापरं भरतं.

मी घरी आले तेव्हा माझी बाहुली एका कोपऱ्यात माझी वाट पाहात होती. त्या बाधित मुलीचा विचार करायला देखील मला भीती वाटत होती. मी माझ्या नव्या बाहुलीबरोबर खेळू लागले, पण जेव्हा तिच्या चेहऱ्याकडे मी पाहिलं तेव्हा कुठेतरी मला वाटू लागले की, ती माझ्याकडे विचित्र नजरेनं बघतीय. तिचे डोळे त्या झपाटलेल्या मुलीसारखेच पांढरेफटक होते. मला धोक्याची घंटा ऐकू आली आणि मी ताबडतोब तिला भिरकावून दिलं.

प्रेतात्मे बाहुल्यांमध्ये प्रवेश करतात याविषयी बऱ्याच कहाण्या मी ऐकल्या आहेत. माझी शेजारीण मला नेहमी सांगत असते, माणसांचं बाहुल्यांवर प्रेम असल्याने बाहुल्यांमध्ये सहजतेने दुष्ट शक्तींचा शिरकाव होतो. त्याखेरीज, ही बाहुली तर कचऱ्याच्या ढीगात मिळाली होती. कचऱ्याचा ढीग म्हणजे असंख्य दुष्ट शक्तींचं घर. मी तत्काळ ती बाहुली उचलली आणि तिला घराच्या मागे असलेल्या उकिरड्यावर फेकून दिली. तेव्हापासून मी कानाला खडा लावला, पुन्हा म्हणून बाहुलीशी खेळायचं नाही. त्यापेक्षा मी फांद्या घेऊन क्रिकेट अथवा गोट्या खेळीन. त्या खेळात कपडे खराब होतात, अंग मळतं पण निदान माझ्या शरीरात कुणी भूत-खेत तरी शिरणार नाही. या घटनेनंतर मी इतकी घाबरले होते की, मला संडासला जायचं झालं तरी मी कुणाला तरी सोबत घेऊन जायचे माझ्याबरोबर. आमचे संडास जिथे आहेत त्या भागातले सगळे दिवे रात्री मालवले जातात आणि मी तिथे खूप विचित्र आवाज ऐकले आहेत.

बॉलीवूड

"रुबिऽऽना ऽऽ! इकडे ये."

"काय आहे, अब्बा?"

"इकडे ये लवकर. मॅक्झिमा फोनवर बोलतेय. मला वाटतं तिला काहीतरी तातडीचं सांगायचंय तुला."

आमच्या घराच्या बाहेरच असलेल्या चिखलाच्या राशीवर खेळण्यात मी मग्न होते. मॅक्झिमाशी बोलून कित्येक दिवस उलटले होते. ती डॅनी अंकलची सहकारी होती. त्यामुळे तसंच काहीतरी महत्त्वाचं असणार होतं. मी त्या लहानशा उतारावरून खाली घसरले, पायाशी जमा झालेल्या गढूळ पाण्याच्या डबक्यावर टाकलेल्या विटांवरून उड्या मारीत घरी आले. चटकन मी, अब्बांनी माझ्यासमोर धरलेला मोबाईल हिसकावून घेतला. त्यांनी हा सेल विकत घेऊन काही दिवसच झाले होते. त्यामुळे चित्रपटाची टीम त्यांच्याशी संपर्क साधू शकत होती. मला खरंच मोबाईल फोन फार आवडतात तसेच त्यांच्यावरील विविध गेम्ससुद्धा. मला मोबाईलची संपूर्ण रचना माहितीये अगदी फोटो कसा घ्यायचा वा व्हीडिओ कसा बनवायचा वगैरे सगळं काही. मी दिवसभर माझे स्वतःचे फोटो काढत राहते. हा मोबाईल माझं खेळणंच बनलंय. त्यातल्या गाड्यांच्या शर्यतीच्या गेममध्ये मी मिळवलेले गुण सर्वाधिक होते आणि मला खात्री आहे, मला कुणी त्यात हरवू शकत नाही.

"हॅलो?" माझा स्वर उत्तेजित झाला होता.

"हॅलो, रुबिना कशी आहेस तू?"

"मस्त, थँक्स."

"रुबिना, थोड्याच दिवसात हा सिनेमा भारतात प्रदर्शित होतोय आणि त्यांनी आपल्या लोकांसाठी खास खेळ आयोजित केलाय. अखेर तुला तो सिनेमा

पाहायला मिळणार आहे... तुला आवडेल का तो पाहायला?''

''अरे वा! नक्कीच!!''

''आणि तेवढंच नाही. २२ तारखेला या सिनेमाचा प्रिमियर आहे. त्याकरिता तुला आणि तुझ्या सर्व कुटुंबीयांना आमंत्रण देते. या आमंत्रणामागचा अर्थ तुला कळला का?''

''नाही!''

''याचा अर्थ आपण खरेदीला जाणार आहोत. खूपसे प्रसिद्ध अभिनेते आणि प्रसिद्धी माध्यमं त्या दिवशी संध्याकाळी उपस्थित असतील. तेव्हा ती संध्याकाळ एकदम झगमगती असेल. माध्यमं म्हणजे टी.व्ही वर बातम्या देणाऱ्या वाहिन्या. तर डॅनीला वाटतंय, तुझ्यासाठी एक सुंदर ड्रेस घ्यावा.''

माझं हृदय जोरजोरात धडधडत होतं आणि मला विस्मय वाटत होता. यापेक्षा आनंदाचा क्षण असूच शकत नाही. एक छानसा नवा पोशाख आणि माझे आवडते कलावंत आणि प्रसिद्ध व्यक्तींना पाहणे? हे फारच होत होतं!

मी गोल गिरकी घेतली आणि अब्बांना सांगितलं ''मेरी पिक्चर मुंबई में भी निकालेंगे!''

दुसऱ्याच दिवशी प्रॉडक्शन टीमचा एक सभासद राकेश, मला आणि अझरला खरेदीसाठी न्यायला आला. डॅनी अंकलने आम्हाला शॉपिंगला पाठवायची ही काही पहिलीच वेळ नव्हती; पण तेव्हा मला माहीत नव्हतं की तशी दुसरीही संधी मला मिळेल म्हणून. याआधी मी दोन पोशाख खरेदी केले होते, पण यावेळी खरेदीचा आनंद काही वेगळाच होता, कारण मी ते कपडे एका विशेष प्रसंगासाठी खरेदी करणार होते... माझा पहिला प्रिमियर! मला दोन ड्रेसेस घ्यायचे होते; एक ड्रेस, खास आमच्या मंडळींसाठी चित्रपट पडद्यावर दाखवणार होते तेव्हा आणि दुसरा ड्रेस, प्रिमियरसाठी.

खऱ्याखुऱ्या फिल्मस्टारचा ड्रेस खरेदी करताना मी अगदी हरखून गेले होते. राकेश आम्हाला एका खरंच मोठ्या, प्रशस्त दुकानात घेऊन गेला. त्याला बरेच मजले होते आणि ते वातानुकूलित सुद्धा होतं. कपड्यांचे ढीगच्या ढीग तिथे रचले होते. इतके सुंदर सुंदर ड्रेसेस होते! काही बऱ्याच चुण्यांचे, स्कर्टस, जीन्स. ते खूप महाग होते. कधी कधी मी आमच्या वस्तीच्या पुढे असलेल्या एकमेव मार्केटमध्ये जाते, पण ते याच्या पासंगासही पुरणार नाही. कधीकधी माझी चुलत बहीण रुक्सर, एखादा महागडा पोशाख विकत घ्यायला बांद्र्यातल्या लिंकिंग रोडला खरेदीला जाते पण ते क्वचितच.

हे दुकान वेगळं होतं आणि मी हँगर्सच्या रांगांमधून फिरत होते. सगळ्या कपड्यांना स्पर्श करून बघत होते. मला प्रत्येक पोशाख घालून बघायचा होता.

अझर नेहमीसारखाच दंगा करत होता, वेगवेगळ्या रंगांच्या जाकिटांमध्ये रोमॅन्टिक हिरोची पोझ देत होता. शेवटी खूप शोधाशोध केल्यावर मी एक लांब, हिरवा घागरा निवडला. त्याच्यावर चमचमतं सोन्याचं भरतकाम होतं. त्याला साजेसा एक लांब शिफॉनचा दुपट्टा गळ्याभोवती घालण्यासाठी होता. तो मला इतका चपखल बसला, जणू काही माझ्याचसाठी बनवलेला होता; एका राजकन्येचा पोशाख! अझरनं देखील भारतीय वैशिष्ट्य दाखवणारे कपडे खरेदी केले.

माझ्या जीवनात एकाएकी इतकं काही घडत होतं. प्रिमियरच्या दोन दिवस अगोदर आम्हाला ते पुन्हा घ्यायला आले आणि प्रॉडक्शन स्टुडिओकडे आम्ही गेलो. तिथे इतर कलावंत आणि तंत्रज्ञ सहकाऱ्यांसोबत तो चित्रपट बघायचा होता. मोठ्या पडद्यावर स्वत:ला बघताना मी रोमांचित झाले. ज्यांच्यासमवेत आम्ही पूर्ण महिना व्यतीत केला होता ते सगळे कलावंत होते. प्रॉडक्शन टीमच्या सदस्यांबरोबर तिथे अनिल कपूर, इरफान खान, फ्रिदा पिंटो, देव पटेल, राकेश, लव्हलीन दीदी, मॅक्झिमा दीदी आणि अर्थातच डॅनी अंकल! मला पाहिल्याबरोबर त्यांनी मला एकदम कुशीत घेतलं.

डॅनी अंकलना मी पुन्हा भेटेन असे मला मुळीच वाटले नव्हते. आम्हाला पुन्हा भेटून त्यांना मनापासून आनंद झालेला दिसला. माझ्यासाठी सगळं तसंच होतं. मला ते खरंच आवडले.

अझर आणि मी शांत राहू शकलो नाही. अखेर आम्ही स्वत:ला मोठ्या पडद्यावर बघणार होतो. दिवे मालवले गेले आणि नि:स्तब्ध शांतता पसरली. सिनेमा सुरू झाला होता. तो कसा बनला होता किंवा त्याचं कथानक काय होतं त्याविषयी देखील मला नीटसं समजले नाही. तिथे मी ट्रेनच्या बाजूने धावत होते, ओरडत होते, अझरच्या अंतर्वस्त्रामध्ये मिरची ठेवत होते. माझे डोळे पडद्याला खिळले होते. पण त्याचबरोबर मी प्रेक्षागृहात उपस्थित लोकांच्या चेहऱ्याकडेही बघत होते. त्यांच्या काय प्रतिक्रिया उमटतायत ते समजून घेत होते. पडद्यावर स्वत:ला बोलताना, नाच करताना, भांडताना पाहणं ग्रेट वाटत होतं. शेवटी माझं गाणं जेव्हा आलं तेव्हा माझा आनंद गगनात मावेना. कसा प्रतिसाद द्यावा तेच मला कळेना.

सगळे संवाद इंग्लिशमध्ये अनुवादित केले होते म्हणून मला काहीच समजू शकलं नाही, परंतु चित्राकडे पाहून इतकं समजलं... जमाल मलिक टीव्हीवरच्या गेम-शो मध्ये, 'कौन बनेगा करोडपती' मध्ये सहभागी होण्यासाठी जातो; त्यामुळे जिच्यावर त्याचं खूप प्रेम असतं ती लतिका सापडू शकेल अशी त्याला आशा असते. जमाल एक झोपडपट्टीमधला दुर्दैवी जीव आहे, पण तो कधी शाळेत गेला नसला तरी त्याला जीवनाचं भरपूर ज्ञान आहे. त्याचे सगळे अनुभव आणि

त्याच्यापाशी असलेली माहिती ह्यांच्यामुळे तो सगळ्या प्रश्नांना उत्तरं देऊ शकतो आणि कोट्यवधी रुपयाचे बक्षीस जिंकतो. या सिनेमातली सर्वात चांगली गोष्ट ही आहे की, एखादा झोपडीतला मुलगा देखील त्याच्या मेहनतीच्या, कष्टांच्या जोरावर खूप श्रीमंत बनू शकतो हे दाखवलं आहे. अर्थात हा केवळ चित्रपट आहे, पण तो जगायला बळ देतो, जगण्याची आशा देतो.

प्रत्येक गोष्ट इतकी वास्तववादी होती की, ती पाहून मी आश्चर्यचकित झाले.

पावसात भिजताना मी जेव्हा खांदे आखडून घेतले होते... त्या प्रसंगामध्ये तो खराच नैसर्गिक पाऊस वाटत होता. एखाद्या यंत्राच्या साहाय्याने पाडलेला कृत्रिम पाऊस नव्हे! आणि तो मिरचीचा प्रसंग तो तर उत्कृष्टच होता.

चित्रपट संपून प्रेक्षागृहात दिवे लागले पण मला भानावर यायला थोडा वेळा लागला. जसं काही ते माझं स्वत:चं जीवन होतं पण कितीतरी चांगलं ! या जगाचा एक घटक असल्याचा मला इतका आनंद झाला होता की मी बोलूच शकत नव्हते. माझ्या अवतीभवती सगळे कलावंत, तंत्रज्ञ सहकारी, सारेजण एकमेकांचं हार्दिक अभिनंदन करत होते. माझ्या अब्बांना इतका अभिमान वाटला माझा, मला त्यांच्या डोळ्यात स्पष्ट दिसत होतं. प्रत्येकजण येऊन आमच्या खांद्यावर थोपटत होता किंवा आम्हाला कवेत घेऊन म्हणत होता, ''बहुत अच्छा, रुबिना''

'गुल्डन ग्लुब्स', 'ऑस्कर्स' असे चमत्कारिक शब्द वारंवार उच्चारित होते ते. शेवटी लव्हलीननं मला ते सगळे कशाविषयी बोलतायत ते स्पष्ट करून सांगितलं. 'स्लमडॉग मिलेनिअर'नं दहा दिवसांपूर्वी 'गोल्डन ग्लोब' महोत्सवात चार पुरस्कार पटकावले. विलक्षण बातमी आहे.''

''ये 'गुल्डन ग्लुब्स' क्या होता है?''

'गोल्डन ग्लोब्स' हा युनायटेड स्टेटमधला मोठा महोत्सव असतो. त्यावर्षीच्या सर्वोत्कृष्ट सिनेमाला यामध्ये पुरस्कार देण्यात येतो.''

''युनायटेड स्टेट क्या होता है?''

''युनायटेड स्टेट म्हणजे अमेरिका – हॉलीवूड!''

''अमेरिका?'' मी ऐकलं होतं त्या विषयी; पण मला काही फारसा बोध नव्हता झाला ते ऐकून. कलकत्ता सोडलं तर मला एकच शहर ठाऊक होतं – मुंबई. एक गोष्ट नक्की होती, भारताशिवाय अन्य देशांची मला फारशी माहिती नव्हती. अमेरिकेसंबंधी मला इतकीच माहिती होती की ती फार दूर होती. एकंदरीत हॉलमधला प्रत्येकजण ज्या रितीने प्रतिक्रिया देत होता त्यावरून मला वाटलं ही 'गोल्डन ग्लोब' बक्षिसं फारच महत्त्वाची असणार. लव्हलीन उत्तेजित होऊन पुढे सांगू लागली, ''कधी एकदा ऑस्करमध्ये आपल्या सिनेमाला नामांकन मिळतात असं मला झालंय.''

मला खरंच या सगळ्या नावांचा अर्थच उमगत नव्हता, पण मी त्या जल्लोशात सामील झाले, कारण मला स्वत:ला पडद्यावर बघून आकाश ठेंगणं झालं होतं. कधी एकदा घरी जाऊन सगळ्यांना त्याबद्दल सांगतेय असं मला झालं होतं. घरी परत येताना माझ्या आणि अझरच्या गप्पा संपतच नव्हत्या.

"मी गाडीतून पडतो ते दृश्य तू पाहिलंस का?"

"तू मला 'रिंगा रिंगा' गाण्यात नाचताना पाहिलंस?"

"आयुषला मैल्यात पडताना पाहिलंस?"

आम्ही घरी आलो तेव्हा माझ्या चुलत भावंडांशी, चाचा, चाची, अब्बास, साना, अम्मीशी मी अखंड माझ्या सिनेमाविषयी बोलत राहिले. मी त्यांना सांगितलं की, माझा सिनेमा त्यांना थिएटरमध्ये बघता येईल. प्रत्येक वेळेला पडद्यावर माझ्या सिनेमाच्या जाहिराती करणारी दृश्यं यायची तेव्हा ते माझ्या नावाचा जयघोष करू लागायचे आणि माझं नाव घेऊन ओरडायचे. "रुबिना! रुबिना!"

प्रिमियरच्या आधी पहिल्यांदा एका वाहिनीचे काही पत्रकार मला भेटायला आले. ते मला प्रश्न विचारत होते आणि फोटोसाठी पोझ द्यायलाही सांगत होते. माझ्या आयुष्यात सगळं इतकं वेगाने घडत होतं.

त्या गुरुवारी सकाळी मला भेटायला काही परदेशी पत्रकार देखील आले होते. थोडक्यात मुलाखत घेतल्यावर त्यांनी मला आणि अझरला आमच्या वस्तीच्या बाजूनं जाणाऱ्या लोहमार्गावर नाच करायला सांगितला. मला नवल वाटत होतं, विदेशी पत्रकारांनासुद्धा माझ्याविषयी माहीत होतं. दुपारपर्यंत प्रत्येकाची धावपळ चालली होती.

माझ्या कुटुंबीयांनी मला थोडा आराम करायला सांगितलं आणि स्वच्छ राहण्याबाबत बजावलं. माझे अब्बा, मुन्नी, दादी आणि अब्बास देखील माझ्याबरोबर प्रिमियरला येणार होते. मुन्नीला वाटत होतं या दिवशी आपण आकर्षक दिसावं आणि म्हणून तिनं स्वत:साठी एक सुंदर गुलाबी साडी खरेदी केली होती.

मी माझा हिरवा पोशाख घातल्यावर, साना अवाकच झाली. नंतर तिनं जवळ येऊन ड्रेसच्या शिफॉनला हात लावून बघितला. ड्रेसवर ज्या नाजूक चमकदार टिकल्या लावल्या होत्या त्यांच्याकडे जवळून बघू लागली. तो संपूर्ण पोशाख उठावदार दिसावा यासाठी तिनं मी तिचे दागिने घालावेत असा आग्रह केला. मी डोळ्यात काजळ घातलं आणि त्यावर दाट आयलायनर देखील लावला आणि सर्वात शेवटी थोडी गुलाबी रंगाची लिपस्टिक लावली. एकदाचे आम्ही तयार झालो. मी वस्तीतून बाहेर पडत होते तेव्हा प्रत्येकजण माझ्याकडे बघत होता आणि माझी स्तुती करत होता.

"रुबिना क्या लग रही!"

मला आणि अझरला आयमॅक्सला प्रिमियरसाठी नेण्याचं काम परवेशवर सोपवण्यात आलं होतं. आयमॅक्स – मुंबईच्या सर्वात मोठ्या थिएटरपैकी एक. आम्ही संध्याकाळी बरोब्बर सहा वाजता निघणार होतो. मी बाहेर आले तेव्हा अझर आधीपासूनच वाट पाहात होता. त्यानं लांब पिंगट गुलाबी रंगाचा कुडता घातला होता. मानेभोवती पांढरा स्कार्फ. या कपड्यात तो इतका वेगळा दिसत होता. तो सुद्धा त्याच्या आई-बाबांबरोबर प्रिमियरला चालला होता.

परवेशला आम्हाला सगळ्यांना बसनं घेऊन जायचं होतं पण अझरच्या अब्बांनी बसनं जाण्यास नकार दिला. त्यांनी आरडाओरडा करण्यास सुरुवात केली. परवेश त्या मंडळींकडून नेण्या-आणण्याचे पैसे उकळत होता आणि आम्हा सर्वांना बसने घेऊन जात होता. मलाही बसच्या गर्दीतून जायचं नव्हतं. माझा ड्रेस आणि माझा मेकअप खराब होईल अशी भीती वाटत होती मला! बराच वेळ हुज्जत घातल्यावर आम्ही वडाळ्याला जाणारी टॅक्सी पकडली. वडाळा हे मुंबईतील एक उपनगर. आम्हाला दोन टॅक्सी कराव्या लागल्या, कारण इतकी माणसं एका टॅक्सीत मावली नसती. अझर, त्याचे कुटुंबीय आणि परवेश एका टॅक्सीतून गेले आणि मी आणि माझे कुटुंबीय दुसऱ्या टॅक्सीने. वडाळ्याला पोचायला दीड तासाहून जास्त वेळ लागला आम्हाला आणि हे ही कमी होतं म्हणून की काय आमची टॅक्सी वाटेत बंद पडली. मी रडवेली झाले होते, कारण मला माझ्या जीवनातील सर्वात महत्त्वाच्या दिवशी उशीर करायचा नव्हता. आम्ही पोहोचलो तेव्हा रात्रीचे साडेआठ झाले होते.

आम्ही थिएटरपाशी आलो तेव्हा बाहेर प्रचंड गर्दी आमचा रस्ता अडवून उभी होती. तिथे डझनावारी फोटोग्राफर्स, कॅमेरामेन त्यांचे कॅमेरे आमच्या दिशेने रोखून उभे होते. परंतु दुसऱ्या गेटपाशी आमची प्रॉडक्शन टीम आमच्या प्रतीक्षेत उभी होती. मी त्यांच्याबरोबर आत गेले. माझा परिवार दुसऱ्या बाजूने येणार होता. बाहेरच्या बाजूला नुसता गोंधळ होता, बरेचसे पत्रकार अजस्त्र कॅमेरे आणि माईक घेऊन सज्ज होते. मी आतमध्ये प्रवेश केला. तिथे प्रत्येकजण अगोदरच स्थानापन्न झालेला, सर्वात शेवटी येणारी मीच होते. त्यांनी मला सांगितलं, संपूर्ण टीमला समारंभ संपल्यानंतर लाल गालिचावर चालत जायचे आहे. मी लव्हलीनला पाहिलं. ती गुलाबी साडीत सुरेख दिसत होती. तनय त्याच्या काळ्या मखमली सुटात राजबिंडा दिसत होता आणि त्याच्या गळ्याभोवती जांभळा स्कार्फ गुंडाळलेला! डॅनी अंकल आमच्या स्वागताला पुढे झाले. त्यांनी मला आणि अझरला मिठी मारली. प्रत्येकजण ऑस्करच्या नामांकनाची अधीरतेने वाट पाहात होता. 'ऑस्कर' हे काय प्रकरण आहे ते मला माहीत नव्हतं परंतु लोकांचं बोलणं माझ्या कानावर आलं होतं. ते म्हणत होते की, सर्वोत्कृष्ट सिनेमासंबंधी तो अखेरचा शब्द आहे.

त्यांच्यासाठी तो फार प्रतिष्ठेचा पुरस्कार असावा.

शेवटी तो जादूचा क्षण आला. आमच्यापुढे वादक ढोल वाजवत चालले होते आणि साऱ्या व्यवस्थापक मंडळींचा ताफा मागे. सगळेजण नाचत होते – लव्हलीन अनिल कपूर, देव पटेल, आणि स्वत: डॅनी अंकल देखील नाचले आमच्याबरोबर. पत्रकारांचा जयघोष चालला होता. "रुबिना! रुबिना!" मला कळून चुकलं मी स्टार झालेय! लव्हलीननं नंतर मला सांगितलं की, आमच्या चित्रपटाला ऑस्करच्या दहा विविध विभागांमध्ये नामांकनं मिळाली होती.

मला काही त्याचं फारसं महत्त्व वाटलं नाही. ती रात्र माझी होती आणि मला खरंच फिल्मस्टार झाल्यासारखं वाटत होतं. इतर चित्रताऱ्यांच्या प्रभावाळीतली एक!

तिथे हृतिक रोशन, इम्रान खान, करीना कपूर, अमृता राव, अमीर खान, दीपिका पदुकोन अशा कितीतरी कलावंताना अगदी जवळून पाहताना माझे डोळे विस्मयाने विस्फारले होते. बॉलीवूडचे सारे कलाकार आयमॅक्सला माझा सिनेमा पाहण्यासाठी आले होते. माझं दैवत प्रीति झिंटाही तिथे आली होती. तिने हाऽऽ लांब, घोळदार पांढरा शुभ्र ड्रेस घातला होता. काही कलाकार लांबलचक काळ्या रंगाच्या सूटमध्ये तर काही तोकड्या कपड्यांमध्ये किंवा पुरुष तर जीन्स आणि टी शर्टमध्ये आले होते. त्या सगळ्यांचा वेळ गप्पा मारण्यात, पेय घेण्यात मजेत चालला होता. मुन्नी, सुरुवातीला इतके सगळे नट-नट्या बघून हबकूनच गेली होती पण ती प्रचंड उत्तेजित झाली. कॅमेरा कुणावर रोखायचा हे तिला कळेना.

एकदा आत शिरल्यावर माझे अम्मी-अब्बा अझरच्या आई-वडिलांजवळ बसले. अझर आणि मी भिरभिरत्या नजरेनं सभोवती पाहात होतो, आमच्या सीटच्या मागे थिएटरमध्ये कोण? कोण? बसलंय ते बघत होतो. शेवटी फिल्म सुरू झाली. मुन्नी आणि अब्बा एकचित्ताने एक शब्दही न बोलता मला पडद्यावर पाहात होते. अझरला आणि मला दरवेळी स्वत:ला पडद्यावर बघताना हसू फुटत होतं. सिनेमा संपल्यावर प्रेक्षागृहात दिवे लागले आणि टाळ्यांचा कडकडाट झाला – आमच्यासाठी! मला वाटलं हा कडकडाट कधीच थांबू नये.

आम्ही बाहेर पडल्यावर चंदेरी दुनियेतली कितीतरी मंडळी आम्हाला मिठी मारायला, माझं अभिनंदन करायला पुढे आली. करीना कपूर आणि हृतिक रोशनसारख्या मोठ्या 'स्टार्स'चा त्यात समावेश होता.

"शाब्बास रुबिना, तू अप्रतिम काम केलयंस! जे काही करतीयेस ते करत राहा!"

"शुक्रिया." मी त्यांचे आभार मानले.

हृतिक रोशन माझ्याशी बोलायला आला! मुन्नीला पराकोटीचं आश्चर्य वाटलं

होतं. मी त्याची सही मागितली. त्याच्यासारखा सुपरस्टार रोजच्यारोज भेटत नाही. तिकडे डॅनी अंकल माझ्या वडिलांजवळ माझी तारीफ करत होता.

"... तर तुम्ही रुबिनाचे वडील आहात! नशीबवान आहात. तुमच्या मुलीला ईश्वरदत्त देणगी लाभलीय. सेटवर तिनं असा अभिनय केला, जशी काही ती आयुष्यभर तेच करत आलीय."

"थँक्यू, सर."

माझे अब्बा इंग्लिश बोलत नाहीत. त्यामुळे त्यांना सगळंच काही समजलं नाही. पण आपल्या मुलीविषयी कुणी चांगलं बोलतंय इतकं त्यांना कळलं आणि ते हसत राहिले. अनिल कपूर माझ्या अब्बांशी आणि माझ्याशी चार शब्द बोलायला आले.

"रुबिना फार गोड मुलगी आहे आणि खरोखर प्रतिभावंत अभिनेत्री आहे. तिची काळजी घ्या, तिला चांगले शिक्षण द्या आणि ती खूप पुढे जाईल तुम्ही बघाल!"

मला वाटतं माझ्या अब्बांच्या त्या दिवशी लक्षात आलं; या सिनेमानं माझं आयुष्य कसं बदललं होतं ते! दुसऱ्याच दिवशी तो आम जनतेसाठी प्रदर्शित झाला आणि ते आमच्या झोपडपट्टीजवळच्या 'गेईटी गॅलक्सी' चित्रपटगृहाकडे धावले... तो हिंदीत पाहण्यासाठी! घरी आल्यावर तर ते आणखीनच उत्तेजित झाले होते. कारण त्यांना त्यातले सगळे संवाद अर्थासहित उलगडले होते. त्यांना ती झोपडपट्टीच्या पार्श्वभूमीवर लिहिलेली कथा फारच आवडली.

तो चित्रपट बघणं म्हणजे मोठ्या पडद्यावर आमचं रोजचं आयुष्य बघण्यासारखं होतं. जिथे फिल्मचं चित्रीकरण झालं ती धारावीची झोपडपट्टी, बांद्राच्या पूर्वभागातील झोपडपट्टीपेक्षा फारशी वेगळी नाही. अब्बांनी यापूर्वी असा चित्रपट कधीच पाहिला नव्हता. इतर चित्रपटांपेक्षा कितीतरी वेगळा, खास करून त्यांच्या शेजारी बसलेल्या प्रेक्षकांच्या प्रतिक्रिया बघून ते आंनदाने फुलले होते. माझे अब्बा असल्याचा त्यांना अभिमान वाटत होता.

सिनेमा प्रदर्शित व्हायच्या सुमारास सगळ्या मुंबईभर आमच्या सिनेमाची पोस्टर्स लागली होती. प्रत्येक वळणावर एक पोस्टर होतं; काही हिंदीमध्ये, बाकीची इंग्लिशमध्ये. मला आनंदाने स्वर्ग दोन बोटं उरला होता. आणि मी अल्लाचे सतत आभार मानीत होते.

हा सिनेमा इतर बॉलीवूडच्या सिनेमांपेक्षा जरासा वेगळा आहे. कारण तो वास्तवदर्शी आहे. उदा. हिंदू-मुसलमानांच्या संघर्षाची समस्या. जमाल आणि सलीम आपल्या डोळ्यासमोर स्वत:च्या आईला मरताना बघतात. प्रत्यक्ष जीवनात अशा दंगली मुंबईच्या झोपडपट्टीत झाल्या होत्या. ही गोष्ट माझ्या जन्माआधीची पण माझ्या अब्बांना ती काल घडल्यासारखी लख्ख आठवतेय. त्यांनी मला

त्याविषयी सांगितलंय.

आमच्या वस्तीमध्ये जेव्हा हिंदू-मुस्लीम यांच्यामध्ये मोठी दंगल झाली तेव्हा ते तरुण होते. बाकी सगळे धावले तसे तेही लपायला धावले. त्यातल्या काही जणांकडे सुरे होते तर काही जणांकडे बंदुका. अब्बांनी त्यांच्या शेजारचा एक माणूस गोळी लागून खाली कोसळताना पाहिला. त्यांचे तिघे शेजारीही मारले गेले. पोलीस आले पण त्यामुळे भीती आणखीनच वाढली. त्यामध्ये अजून काही मारले गेले. बळींमध्ये मुलांची संख्या खूप होती. त्यानंतर सारं काही सुरळीत झालं आहे. हिंदू-मुस्लीम संघर्षाविना बाजूबाजूला राहतात पण तरीसुद्धा ताण असतोच. हिंदू-मुस्लीम एकमेकांचा इतका द्वेष का करतात? या गोष्टीचं मला कधीकधी खूप आश्चर्य वाटतं. आपण एकाच देशातली, एकसारखी माणसं आहोत ना! पण माझा असा तर्क आहे की, दोन्ही जमातींमध्ये काही वाईट माणसं आहेत. माझ्या काही मैत्रिणी हिंदू आहेत. त्यामुळे मी दिवाळी, दिव्यांचा आणि फटाक्यांचा सण देखील तितक्याच उत्साहाने साजरा करते. मात्र वस्तीमध्ये फटाके वाजवताना सावध राहावं लागतं. अन्यथा मोठी आग लागू शकते. म्हणून आम्ही आपले वस्तीच्या बाहेर रेल्वेलाईनजवळच फटाके उडवतो.

'स्लमडॉग मिलेनिअर' मध्ये तुम्ही पाहता तो अपंग मुलांचा व्यापार ही सुद्धा वस्तुस्थिती आहे. सिनेमातली तीन मुख्य पात्रं जमाल, सलीम आणि लतिका अशा तिघांना मुलांच्या विक्रेत्यांकडून उचलले जाते. ते त्यांना एका अनाथाश्रमात ठेवतात. मुलांनी खच्चून भरलेलं असतं ते आणि ती माणसं या मुलांना आंधळं, लंगडं करतात आणि बाहेर भीक मागायला पाठवतात. मी याविषयी याआधी ऐकलं होतंच पण आमच्या वस्तीतल्या कुणा मुलाच्याबाबत असं घडलेलं पाहिलं नव्हतं. माझे अब्बा मला म्हणाले, आई-वडील असलेल्या मुलांच्याबाबतीत सहसा असे घडत नाही. हा धोका असतो अनाथ मुलांना, ज्यांना आई-वडिलांनी सोडून दिलेलं असतं आणि नाइलाजाने जी रस्त्यांवर राहत असतात.

सिनेमा चांगला आहे असे म्हणणारे अब्बा, माझे वडीलच एकटे नव्हते. प्रिमियर झाल्यावर आणि सिनेमा प्रदर्शित झाल्यावर बरेच पत्रकार आमच्या वस्तीमध्ये आणि माझ्यामध्ये एकाएकी स्वारस्य दाखवू लागले. प्रीमियर नंतर दुसऱ्या दिवशी लाल दिव्याच्या सरकारी गाड्या आमच्या वस्तीकडे येऊ लागल्या. सिनेमा कसा बनला, माझे त्यातले अनुभव याबाबत त्यांना माझी मुलाखत हवी होती. पण मी ज्या परिस्थितीत राहात होते त्याविषयी त्यांना अधिक औत्सुक्य वाटत होतं. त्यांना खोपटांविषयी, सांडपाण्याच्या गटारांविषयी, इथल्या उकिरड्याविषयी वाटू लागलेली आस्था पाहणं चमत्कारिक वाटत होतं. पहिल्यांदा या सगळ्या नव्या माणसांना पाहून आमच्या शेजाऱ्यांना खूप मजा वाटली. पण त्यानंतर ते सुद्धा त्या गोष्टीला

चित्रीकरणातून क्षणभराचा विसावा!
डावीकडे आयुष (जमाल) असून,
उजवीकडे अझर (सलीम) आहेत.

माझी सर्वांत मजेदार आठवण आहे, त्या दृश्याची ज्या मध्ये नायकाचं काम केलेल्या आयुषला त्याच्या भावाने संडासात कोंडलं आहे आणि तिथून बाहेर निघण्यासाठी त्याला मानवी विष्ठेच्या ढिगात उडी मारावी लागते. (डावीकडील फोटो). प्रत्यक्षात ते चॉकलेट आणि पीनट बटरचे मिश्रण होते, आम्हा मुलांना आणि सिनेमातील सर्व सहकाऱ्यांना त्याचा स्वाद घेण्यासाठी आमंत्रित केले गेले.

माझं नावं – रुबिना अली. मी नऊ वर्षांची आहे आणि मी सदैव एक अभिनेत्री होण्याचं स्वप्न पाहत आले आहे. दोन आठवडे चाललेल्या निवडचाचण्यांनंतर दिग्दर्शक, डॅनी बॉयल यांनी मला भेटायला बोलावलं. निवड चाचणीला पाचशे हून अधिक मुलं आली होती.

मी बांद्रा पूर्वेच्या झोपडपट्टीत वाढले. उत्तर मुंबईत असणारी ही झोपडपट्टी विमानतळापासून फार दूर नाही. सगळ्या झोपड्या एकसारख्या दिसतात. जे काही हाताला लागेल ते वापरून बांधलेल्या छोट्या छोट्या झोपड्या – लोखंडाचे पत्रे, लाकडी फळ्या, प्लॅस्टिकचे तुकडे आणि थोडे सिमेंटचे ठोकळे... काही भाग्यवंतांच्या नशिबी असणारे... अशा हजारो झोपड्या गटाराच्या आसपास उभारलेल्या आणि कचऱ्याच्या ढीगांकडे नजर टाकणाऱ्या.

माझे वडील, माझी सावत्र आई मुन्नी (वरती), तिच्या दोन मुली आणि मी असे सगळे एका खोलीत राहातो... आमची ही खोली एका अरुंद बोळात आहे. जो लोहमार्गापासून सुरू होऊन एका काळ्याकुट्ट पाण्याने भरलेल्या खड्ड्यापाशी येऊन संपतो. इथे स्वच्छ, वाहतं पाणी नाही.

मी फार लहान असल्यापासून लोहमार्गाच्या बाजूला खेळत आले आहे. ही रेल्वेलाईन माझ्या घराच्या जवळून जाते. काहीवेळा रूळांच्या शेजारी असलेल्या कचऱ्याच्या ढीगावर मी क्रिकेट खेळते किंवा जवळच असलेल्या ओसाड जमिनीवर मैत्रिणींबरोबर टाईमपास करत असते. काहीही असो; सिनेमातल्या त्या दृश्यासाठी हे चांगलं प्रशिक्षण आहे. मी रूळांवर एक गाणं गाते आणि नाच करते. या सिनेमातील दृष्यासाठी हे प्रशिक्षण उपयोगी ठरले.

मला शेंगदाणे, बिस्कीटं, मीठ लावलेली कैरी आणि चीजच्या बनलेल्या पनीर पुऱ्या यांच्यावर ताव मारायला आवडतं. या गोष्टी थोड्या पैशांत तुम्हाला वस्तीतल्या कोणत्याही रस्त्याच्या कोपऱ्यावर मिळू शकतात. (उजवीकडे)

जेव्हा प्रचंड उकडत असतं, मी आमच्या घराच्या मागेच असलेल्या ड्रेनेजच्या तलावात अंघोळ करते. (डावीकडे आणि वरती). हीच ती जागा जिथे वस्तीतली सगळी मुलं भेटतात. छोट्या-छोट्या पाईपांना बांधलेल्या फाटक्या कापडांच्या (चिंध्यांच्या दोरांच्या) साहाय्याने आम्ही त्यामधे उतरतो. मी सूर मारण्याचा सराव करतीय. माझ्याकडे माझा स्वत:चा आलिशान स्वप्नातला महाल असेल आणि त्यात माझा स्वत:चा तरणतलाव असेल त्या दिवसासाठी सज्ज होतेय. वस्तीतील तलावात उतरताना सावधगिरी बाळगावी लागेल; कारण या ड्रेनेज तलावाच्या तळाशी साप आहेत. त्यांच्यावर पाय पडला तर पायाला चावतील.

जेव्हा 'स्लमडॉग'चं ऑस्करसाठी नामांकन झालंयअसं मी ऐकलं तेव्हा मला त्या पुरस्कारांविषयी किंवा अमेरिका कुठे आहे याची काहीच माहिती नव्हती; पण एका नव्या देशात फिरायच्या कल्पनेनं मी उत्तेजित झाले. आम्ही भारत सोडण्यापूर्वी माझ्या चुलत बहिणीने माझे हात आणि कोपरांपर्यंत सुरेखशी मेंदीची नक्षी काढली. तिथे गेल्यावर मला इतकंच करायचं होतं – चित्रतारकेला साजेसा ड्रेस निवडायचा होता!

मी परत आले तेव्हा 'स्लमडॉग'ने आठ ऑस्कर्स मिळवल्यावर मागे भारतात काय घडलं ते माझ्या कानावर आलं. हा ऑस्कर सोहोळा पहाटे चार वाजता प्रत्यक्ष (टी.व्ही.वर) दाखवला गेला. माझे अब्बा (डावीकडे) आणि मुन्नीनं माझ्या चाचा-चाचीच्या घरी इतर कुटुंबियांबरोबर तो समारंभ पाहिला.

मुंबईत जेव्हा सिनेमाचा प्रीमियर झाला तेव्हा त्यातील सारे कलावंत आणि प्रॉडक्शन टीम उपस्थित होती आणि अर्थातच डॅनी बॉयल (उजवीकडे). मोठ्या पडद्यावर स्वत:ला पाहायला आणि एकंदरीतच सिनेमा पाहायला मी एवढी उत्सुक होते. मला त्यातलं सर्वांत जास्त काय आवडलं असेल तर तो सिनेमा झोपडपट्टीतला एक मुलगा कोट्याधीश बनू शकतो हे दाखवतो नं तेच. अर्थात हा केवळ एक सिनेमा आहे पण त्यामुळे लोकांच्या मनात आशा अंकुरते.

लॉस एंजेलिस येथे पार पडलेल्या ऑस्कर समारंभाला मुंबईतील प्रिमिअरपेक्षा कितीतरी अधिक माणसं उपस्थित होती. जेव्हा 'स्लमडॉग मिलेनिअर'ने सर्वोत्कृष्ट चित्रपटाचा ऑस्कर पुरस्कार जिंकला, तेव्हा सगळे कलाकार आणि सहकारी व्यासपीठावर गेले. मी मागे उभी होते म्हणून देव पटेलनं (चित्रपटातला मोठा झालेला नायक) मला त्याच्या खांद्यावर उचलून घेतलं... मला नीट सारं बघता यावं म्हणून. तो पुरस्कार आम्हा सगळ्यांकडे फिरवला गेला... आणि मग नंतर माझा नंबर आला. ती जगप्रसिद्ध सोन्याची बाहुली हातात धरल्याचा हा क्षण.

‘ऑस्कर’ जिंकल्यानंतरचा दिवस. निर्माते सर्व कलाकारांना अनपेक्षितपणे ‘डिस्नेलँड’ला घेऊन गेले. तिथे इतकं सारं बघण्यासारखं आणि करण्यासारखं होतं आणि मला ते सर्वकाही करून बघायचं होतं. मी ‘मिकी माऊस’ आणि ‘डोनाल्ड डक’ बरोबर नाचले. रोलरकोस्टर वरचा तो अनुभव. मी याआधी इतकी कधीच घाबरले नव्हते. रोलरकोस्टर म्हणजे रुळांवरून चालणाऱ्या गाडीत बसून मारलेली फेरी – ही गाडी थेट उंच, आकाशात जाते.

आम्ही जेव्हा मुंबईला परत आलो तेव्हा जल्लोष करणाऱ्या जनसमुदायानं आमचं सहर्ष स्वागत केलं. आम्ही अजूनही हवेत तरंगत होतो. माझ्या अब्बांनी मी दिसल्याबरोबर रेटारेटी करत त्या गर्दीतून वाट काढली.... केवळ मला भेटण्यासाठी. त्यांनी मला त्यांच्या कडेवर उचलून घेतलं तेव्हा माझ्या दृष्टीस पडला तो हजारोंचा जनसागर! (फोटोत अब्बा वरती डावीकडे)

बांद्रा पूर्व इथल्या माझ्या चाचाजींच्या घरी आम्ही जेव्हा आलो, तेव्हा एक दुसरं आश्चर्य तिथे माझी वाट पाहत होतं. माझे शेजारी आणि मित्रमैत्रिणीं सगळे माझा जयजयकार करीत होते; मी एखादी देवी असल्यासारखे माझ्याकडे बघत होते. त्यांना इतका अभिमान वाटत होता माझा आणि या गोष्टीचा मला खरंच आनंद झाला. आमच्या ऑस्कर पुरस्कारानं त्यांना खराखुरा आनंद मिळवून दिला होता. माझ्या घरी, माझ्या आपल्या माणसांमध्ये मी परत आले होते याची खुशी मला झाली होती, विशेषत: अब्बांना भेटल्याची खुशी. मला तिथे अब्बांचं नसणं खूप जाणवलं होतं. खूप आठवण आली होती त्यांची तिथे.

शाळेमध्ये, अझर (पुढची ओळ, उजवीकडून दुसरा) आणि मी, दोघांचं युद्ध जिंकून आलेल्या वीरांप्रमाणे स्वागत करण्यात आलं. आमच्या बाईंनी आम्हाला वर्गासमोर उभं केलं आणि सर्वांना आमची गोष्ट सांगायला लावली. त्यांनी खूप प्रश्न विचारले आणि आमचे फोटो बघण्यावरून त्यांची आपापसात चांगलीच जुंपली.

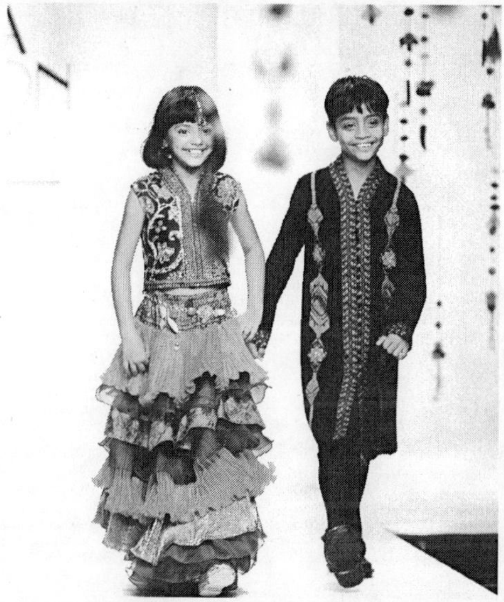

आम्ही अमेरिकेहून परत आल्यावर एका महिन्याने फॅशन डिझायनर्स अशीमा आणि लीना सिंग यांनी आमच्याशी संपर्क साधला... नवी दिल्ली येथील फॅशन सप्ताहात त्यांच्या 'शो' मध्ये भाग घ्यावा म्हणून! फॅशन जगातील मॉडेल व्हायच्या कल्पनेनं मी फार उत्तेजित झाले होते. मी कमरेवर हात ठेवून रँपवर चालले, शक्य तितकी आकर्षक दिसण्याचा प्रयत्न करीत होते आणि त्यांनी तर मला तो सुंदर पोशाख माझ्याजवळ ठेवून घ्यायची परवानगी दिली.

मी एक अभिनेत्री असल्याची, बॉलीवूडची चित्रतारका असल्याची स्वप्नं पाहत असे. पण माझं स्वप्न पुरं होईल, तेही इतक्या लवकर; अशी मी कल्पना करू शकले नसते! जर एखाद्या झोपडपट्टीतली मुलगी ऑस्कर जिंकू शकते; तर अशाच वस्तीतला मुलगा कोट्यधीशही होऊ शकतो!

सरावले. जेव्हा केव्हा पत्रकारांचा घोळका माझ्या झोपडीकडे येत असे तेव्हा छोटी मुलं धावत यायची अन् मला सांगायची,

''रुबिना, तेरे लिए कॅमेरा आ रहा है!''

माझ्या सिनेमाचं चित्रीकरण संपल्यानंतर माझ्या शेजाऱ्यांनी मला त्याविषयी काही विचारलं नव्हतं पण 'स्लमडॉग' प्रदर्शित झाल्यावर सगळं काही बदललं. आता केवळ माझी चुलत भावंडं आणि माझा भाऊच नव्हे तर समस्त झोपडपट्टीवासीयांची मुलं 'रिंगा रिंगा' आणि 'जय हो' च्या तालावर नाचत होती.

अझर आणि मी दोघं प्रकाश झोतात आलो. एकाएकी असं वाटायला लागलं की अख्ख्या जगाला आमच्यात स्वारस्य वाटतंय. माझ्या सर्व मैत्रिणी आळीपाळीनं मला भेटायला येऊ लागल्या. इतके प्रश्न घेऊन यायच्या त्या – सिनेमा कसा बनतो, मला भेटलेले नट-नट्या किंवा सिनेमातले स्पेशल इफेक्ट्स याविषयी विचारत राहायच्या. आमचं घर कायम माणसांनी भरलेलं असायचं. शाळेतल्या आमच्या वर्गमित्रांनी आम्हाला लाल गालिचावर चालताना टीव्हीवर पाहिलं होतं. आणि ते आमच्याकडे आकर्षित झाले होते. अगदी परवेश देखील महत्त्वाची असामी बनला आणि दररोज त्याला पालक भेटायला येऊ लागले, त्यांच्या मुलांना पण त्यानं ऑडिशन्सला न्यावं अशी विनवणी करायला.

माझ्या जीवनातील सोनेरी दिवस

"रुबिना, तुझा विश्वास बसतोय? तू अमेरिकेला चाललीयेस! अमेरिका, रुबिना!"

प्रिमियर झाल्यानंतर लव्हलीननं माझ्या अब्बांना फोन करून सांगितले की, 'स्लमडॉग'ची संपूर्ण टीम 'ऑस्कर' चित्रपट पुरस्काराच्या सोहळ्याला जाणार होती. अब्बांना थोडी भीती वाटली; या विचारानं की मी इतक्या दूर पुरस्कार घ्यायला निघाले होते. पण अमेरिकेला जायच्या विचाराने मी खुळावले होते. मला वाटत होतं तिथली माणसं गौरवर्णी, सोनेरी केसांची असतील पण आमच्यासारख्या झोपड्या अमेरिकेतही असतील का असा प्रश्न मनात येत होता. मला प्रश्नच प्रश्न पडत होते. मी उल्लासित झाले. मी स्वत:ला सांगितलं की, ज्याअर्थी प्रत्येकजण त्याविषयी इतक्या उत्साहाने बडबड करतोय त्याअर्थी अमेरिका म्हणजे नुसती धमाल येणारं! माझ्यासाठी ते पुढचं पाऊल होतं, आणखीन बऱ्याच गोष्टींचा शोध लागणार होता!

माझ्या अब्बांना निर्णय घ्यायला थोडे दिवस लागले. शेवटी त्यांनी बऱ्याच नातलगांशी आणि मित्रांशी चर्चा केली. त्या सर्वांनी सुचवलं की अशी संधी त्यांनी नाकारू नये. बहुतेक वेळा शांत असणारे अब्बा हा निर्णय झाल्यावर शांत राहू शकले नाहीत. ते माझ्यापेक्षा जास्त उत्तेजित झाले होते.

"अब्बा, अमेरिका कितनी दूर है?"

"रुबिना, अमेरिका सात समिंदर पार है।"

"मग आम्हाला तिथे बोटीने जावं लागेल का?"

"नाही, विमानाने."

"मी विमानात बसून जाणार?"

''होय, रुबिना, तू आकाशात उडणार आहेस.''

आमच्या झोपडपट्टीच्यावरनं मी विमानं उडताना पाहिली होती. मी जुहूला एका विमान उद्यानातसुद्धा जाऊन आलीय. तिथे हे भलं मोठं विमान विटांपासून बनवलं होतं. ते उडत नाही पण त्याच्या अंतर्भागात जायला मला खूप आवडायचं आणि ते कोणत्याही क्षणी आकाशात झेपावेल असं वाटायचं. माझ्या नेहमी मनात यायचं की आकाशातून जमीन, इथल्या वस्तू कशा दिसतील. प्रत्येक गोष्ट किती चिमुकली दिसत असेल. पण एका खऱ्या उडणाऱ्या विमानात मला एक दिवस बसायची संधी मिळेल असं माझ्या स्वप्नातही आलं नव्हतं. मी प्रत्यक्षात ढगांच्याही वर, खूप उंच जाणार होते... एकाच गोष्टीची काळजी वाटत होती, इतक्या लांब एकटीनं कसा काय प्रवास करायचा.

''अब्बा, तुम्ही याल ना माझ्याबरोबर?''

''बेटी, मी नाही येऊ शकत गं. माझा हा घोटा अजून पूर्ण बरा झाला नाहीये. इतक्या दूरच्या, परक्या देशात त्यामुळे त्रास नको व्हायला.''

''मग काय मी एकटी जाऊ?''

''फिकर मत करो। मला माहितीय तुझ्याबरोबर कोण जाणार ते. चल माझ्याबरोबर.''

अब्बा घरातून निघाले. मी त्यांच्या पाठोपाठ जाऊ लागले... वाटेतला कचरा चुकवत, त्यावरून उड्या मारत. त्या अरुंद गल्लीच्या टोकाला, आम्ही पटकन उजवीकडे वळलो... थेट माझ्या चाचांच्या घरात! अब्बांनी घरात शिरण्यासाठी पडदा बाजूला सारला आणि भावाला सलाम केला. मी त्यांच्या मागेच होते. मीदेखील आत गेले. माझे चाचा बिछान्यात लोळत होते आणि चाची मटणाचा रस्सा बनवत होती. त्याचा मस्त वास आला. अब्बांनी थोडंसं हसून बोलायला सुरुवात केली.

''मोहिउद्दीन, मी काय सांगायला आलो आहे याचा अंदाज कर बरं.''

''काय, कशाबद्दल?''

''तू रुबिनाबरोबर अमेरिकेला चाललायस.''

''क्या?''

''मी येईन आणि उद्या सकाळी भेटीन तुला. कारण आपल्याला त्यावर चर्चा करायची आहे. खुदा हाफीझ''

माझ्या अंकलना धक्काच बसला. ''अमेरिका?'' ते पुटपुटत राहिले. त्यांना वाटलं अब्बा चेष्टा करताहेत. मी खुदकन हसले आणि मीही निघाले तिथून – जसं काही मला हे सगळं काय चाललंय हे माहीत नव्हतं.

पुढचे काही दिवस मी नुसती अमेरिकेची स्वप्नं पाहात होते. त्या देशाविषयी वस्तीतल्या सगळ्या मुलांकडे वेगवेगळं सांगण्यासारखं होतं.

"ती खूप लांब आहे रुबिना."

"रुबिना, तिथे सगळी जाडी-जाडी माणसं राहतात."

"ती खरोखरी श्रीमंत माणसांनी भरलीय. त्यांच्याकडे प्रशस्त गाड्या असतात, त्यांचे केस पिंगट असतात."

माझ्या मैत्रिणी खूश होत्या आणि जाता-येता माझ्या पाठीवर थाप मारीत होत्या.

एक दिवस फिल्म प्रॉडक्शन कंपनीमधले राकेश आणि अदनान आमच्या घरी आले. त्यांना पाहून मला आनंद झाला, कारण याचा अर्थ त्यांनी माझ्या अमेरिकावारीची काहीतरी बातमी आणली होती.

"हॅलो रफीक, आम्ही पासपोर्ट अर्जासाठी काही कागदपत्रं घ्यायला आलोय. तुमच्या भावाकडे सगळी कागदपत्रं तयार आहेत का?"

"पता नहीं, चलो देखते हैं"

माझ्या चाचूंच्या घरी अब्बांनी त्या दोघांचा परिचय करून दिला.

"मोहिउद्दीन, हे आहेत राकेश आणि अदनान. त्यांना तुझ्या पासपोर्टच्या अर्जाला लावायला तुझी ओळख पटवणारी कागदपत्रं हवी आहेत."

"पासपोर्ट?"

"अं, हो, पासपोर्ट तुला आठवतंय ना मी तुला अमेरिकेला जाण्यासंबंधी बोललो होतो."

माझे चाचा तोंड आ वासून उभे राहिले. ते देखील माझ्याबरोबर अमेरिकेला चाललेत; ते सुद्धा ऑस्करसारख्या दिमाखदार सोहळ्याला उपस्थित राहण्यासाठी, ही वस्तुस्थिती स्वीकारणं त्यांना अजूनही जड जात होतं. राकेश काळजीत पडलेला दिसला आणि म्हणाला "आपण घाई केली पाहिजे."

" मोहिउद्दीन, आपल्याला धावपळ करायला हवी. ऑस्कर सोहळा २२ फेब्रुवारीला आहे आणि पासपोर्ट मिळायला खूप वेळ लागतो. शिवाय आपल्याला अमेरिकेला जाण्यासाठी व्हिसाचा अर्जही करावा लागेल आणि विमानाची तिकीटं काढावी लागतील."

मला पासपोर्ट म्हणजे काय ते समजलं पण व्हिसा? ही काय बरं भानगड आहे यावर मी विचार करत राहिले. राकेश मला म्हणाला, "तो पासपोर्टवरचा शिक्का असतो ज्यामुळे तुम्हाला अमेरिकेत प्रवेश करता येतो."

अझरच्या आई-वडिलांनी पण विचार करायला खूप अवधी लावला. शेवटी असं ठरलं की अझर त्याच्या अम्मीबरोबर अमेरिकेला जाईल. घाईघाईत एकदाचे सारे सोपस्कार पुरे झाले... वेड्यासारखी धावाधाव झाली. डॅनी अंकलला खरंच वाटलं की, अझर आणि मी काही तिथे वेळेवर पोचत नाही. मला तर भीतीच

वाटायला लागली. समजा मला पासपोर्ट आणि व्हिसा नाहीच मिळाला तर? या सहलीविषयी मी कमालीची उत्सुक होते.

सुदैवाने फिल्म प्रॉडक्शन कंपनी या सगळ्या कामांना गती देण्यासाठी पुढे झाली. माझ्या केसमध्ये हे सगळं जरा जास्तच कठीण होतं, कारण माझ्याकडे आवश्यक ती सर्व कागदपत्र नव्हती. माझ्या घरामध्ये कुणालाच माझी नेमकी जन्मतारीख सुद्धा माहीत नव्हती आणि माझ्याकडे जन्माचा दाखलाही नव्हता. प्रॉडक्शन कंपनीनं निर्णय घेतला की २१ जानेवारी १९९९ या दिवशी माझा जन्म झाला!

मी चाचा आणि अझरबरोबर पासपोर्ट ऑफिसात गेले. एकदाचा माझ्याही हातात पासपोर्ट आला पण अजून व्हिसा मिळायचा होता. एव्हाना! २०फेब्रुवारी उजाडली होती. मला जर व्हिसाच मिळाला नाही तर या विचारानं हवालदिल झाले होते मी. शेवटी व्हिसाही मिळाला. आता मला अमेरिकेला जाण्यापासून कोणीच रोखू शकणार नव्हतं. मी रोमांचित झाले!

दुसरा दिवस आमची कसोटी पाहणारा होता कारण मला सामान भरायचं होतं आणि त्याचवेळी पत्रकार आमच्या मागे लागले होते. त्यांचे कॅमेरे क्लिक-क्लिक करत होते. मी त्यांना चुकवण्याचा प्रयत्न केला. आम्ही गडबडीत होतो तेव्हा आम्हाला दुसरीकडे लक्ष देणं शक्य नव्हतं.

आमचा निघायचा दिवस उजाडला. विमानतळावर जाण्यापूर्वी देखील काही पत्रकार आमची बांद्रा पूर्वेला मुलाखत घेण्यासाठी उगवलेच.

"मग काय रुबिना, तुला आनंद झालाय तू चाललीयस याचा?"

"अतिशय, मला धीर धरवत नाहीये."

"या अमेरिकावारीविषयी तुला काय वाटतंय?"

"मला माहीत नाही पण मी परत येईन तेव्हा मैत्रिणींना आणि माझ्या परिवाराला दाखवण्यासाठी खूप खूप फोटो घेऊन येईन."

"या समारंभासाठी तू एखादा सुरेखसा ड्रेस घेतलायस का?"

"नाही, माझी खरेदी तिकडे अमेरिकेत होईल."

"मोहिउद्दीन, तुझं काय? तू काय घालणार आहेस?"

"मला वाटतं जीन्स आणि एक छानसा टी-शर्ट!"

अखेरीस आम्हाला आंतरराष्ट्रीय विमानतळाकडे घेऊन जाणारी टॅक्सी आली. विमानतळ रेल्वेस्थानकापेक्षा किती वेगळे, स्वच्छ आणि चकचकीत असतात नां! तिकडे फारशी गर्दी नसते आणि माणसं एकमेकांना धक्काबुक्की पण करत नाहीत.

आम्हाला आमच्या बॅगा तपासून घ्याव्या लागल्या आणि लांबलचक धातूचा गज असलेल्या यंत्राने माझीही तपासणी झाली. ते यंत्र बीप बीप असा आवाज करत

होतं. विमानात मला भीती वाटली नाही, खरं सांगायचं तर कुठे काय आहे ते निरखण्यात मी गर्क होते. प्रत्येकाच्या सीटसमोर एक छोटा टी.व्ही. होता आणि डोक्यावर एक बटण. ते बटण दाबलं की एक दीदी येते, तिच्याजवळ तुम्ही कॅन्डीज, शीतपेयं किंवा दुसरं काही मागू शकता. विमान हळूहळू धावपट्टीवरून जाऊ लागलं तेव्हा मला खूप आनंद झाला. खिडकीला तोंड लावून बसले होते मी. जमीन झरझर मागे पडताना दिसत होती आणि अचानक माझ्या हृदयाचा ठोका चुकला. आम्ही मोठ्ठा आवाज करत जमीन सोडली.

मी घाबरून किंचाळले. माझे चाचा किंचित हसले. ते मला धीर द्यायचा प्रयत्न करत होते. तेव्हा मला जाणवलं ते स्वत:ही थोडेसे घाबरले होते आणि तणावग्रस्त दिसत होते. त्यांची देखील विमानात बसण्याची ही पहिली वेळ होती.

एकदा विमान हवेत झेपावल्यावर मात्र मला आणि अझरला स्वस्थ बसवेना. आम्ही सगळी बटणं फिरवून पाहिली, आमची आसनं सगळ्या स्थितीत आणून पाहिली, खुर्च्या मागे-पुढे करून पाहिल्या. टी.व्ही. च्या पडद्यावरची सगळी चॅनेल्स पाहिली. ते कार्टून चॅनेलही दाखवत होते. त्यांनी आम्हाला एका ट्रे मधून जेवण आणलं, तशाच काही कॅन्डीजही आणल्या. मला ते फार आवडलं. विमानातली सफर नक्कीच मजेची होती. विमान उडत असताना काही जण माझी सही मागायला आले. माझा त्यावर विश्वासच बसेना. मी त्यांना काळजीपूर्वक माझं नाव इंग्लिशमध्ये लिहून माझी सही दिली. मी कौतुकाच्या वर्षावात नहात होते. कित्येक तासांनी मला विमान खाली उतरतंय याची जाणीव झाली... तेव्हा मी अर्धवट झोपेत होते.

"हे काय घडतंय?"

"विमान खाली उतरतंय."

"आम्ही जेव्हा विमानतळावर उतरलो, तेव्हा आपण कुठे आलोय याचा अंदाज येत नव्हता. बाहेर पडण्याच्या मार्गावर आम्ही काही लांबलचक वाटेवरून चालत होतो. त्या वाटा प्रखर दिव्यांनी उजळल्या होत्या.

"ही अमेरिका आहे?"

"नाही. ही जर्मनी आहे. आपण इथून दुसरं विमान पकडणार आहोत."

मी पूर्वी कधीच जर्मनीचं नाव ऐकलं नव्हतं. दुसऱ्या विमानात चढण्यासाठी आम्ही सज्ज झालो. अमेरिका किती दूर आहे ते मला समजलं.

हा विमानतळ मुंबईच्या विमानतळापेक्षा कितीतरी वेगळा होता. सर्वत्र कसं थंडगार आणि हवा सुद्धा ताजी टवटवीत वाटत होती. सगळं काही नवं कोरं दिसत होतं. एका तासाने आम्ही पुढचे विमान पकडले. यावेळी जेव्हा विमानाने उड्डाण केलं तेव्हा मला आश्चर्य नाही वाटलं. मला माहीत होतं यानंतर काय होणार आहे. तो प्रवास खूप खूप लांबचा होता आणि मला थकायला झालं होतं. तरी शेवटी मी

थोडी झोपलेच.

मी जागी झाले तेव्हा पायलट घोषणा करत होता, आपण लॉस एंजलिसला उतरलोय. लॉस एंजलिस?... मला त्या शहराविषयी काही माहिती नव्हती. मी ते नाव याआधी कधी ऐकलंही नव्हतं. प्रॉडक्शन युनिटच्या एका सदस्यानं समजावून सांगितलं.

''हॉलीवूड जिथे आहे त्या शहराचे नाव लॉस एंजलिस आहे.''

''हॉलीवूड काय आहे?''

''मुंबईत बॉलीवूड, तसं अमेरिकेत हॉलीवूड.''

''अमेरिकन पुष्कळ सिनेमे बनवतात का?''

''हो, चिक्कार.''

लॉस एंजलिसचा विमानतळ तर जर्मनीतल्या विमानतळाहूनही अधिक भव्य आणि अधिक सुंदर होता. त्यातील प्रतीक्षालयं खूपच प्रशस्त होती. तिथे आम्हाला तपासण्या आणि निर्बंध यांच्या न संपणाऱ्या मालिकेला सामोरं जावं लागलं. बाहेर प्रवेशद्वारापाशी आम्हाला प्रॉडक्शन कंपनीचा एक माणूस भेटला. आम्हाला मुंबई सोडून जवळजवळ चोवीस तास झाले होते आणि प्रत्येकजण थोडासा सैरभैर झाला होता आणि दमला होता.

बाहेर एक मस्त काळी गाडी आमच्यासाठी थांबली होती. ती पाहिल्याबरोबर माझा थकवा कुठच्या कुठे पळाला. माझ्या आयुष्यात इतकी छान गाडी मी पाहिली नव्हती. आतमधून खूप प्रशस्त, ऐसपैस होती ती. आणि गाडीत कोकाकोलानं भरलेला एक छोटासा फ्रीजही होता. रस्त्यावरून आम्ही कितीतरी आलिशान, जणू महालच वाटावेत अशी सुंदर घरं मागे टाकून जात होतो. त्या घरांच्या बागा देखील तितक्याच मोठ्या, फुलांनी बहरलेल्या!

अमेरिकेतले रस्ते घाणीनं बरबटलेले नसतात. तिकडे उकिरडे नसतात. प्रत्येक गोष्ट कशी स्वच्छ, नीटनेटकी. सर्वात विचित्र गोष्ट म्हणजे मला कुणी रस्त्यावरून चालताना दिसलं नाही. इथे प्रत्येकापाशी मोटार दिसत होती. मुंबईच्या मानाने येथील रस्ते कितीतरी निर्मनुष्य वाटत होते. अर्ध्या तासाच्या गाडीतील प्रवासानंतर आम्ही 'द इन्टर कॉंटिनेंटल' हॉटेलपाशी आलो. मी मुंबईत ज्या हॉटेलमध्ये डॅनी अंकलना भेटले होते त्याहीपेक्षा अधिक सुंदर होतं ते! आम्ही जेव्हा आतमध्ये गेलो तेव्हा श्वास रोखून आम्ही सर्वजण बघतच राहिलो! तिथे पहिल्याप्रथम माझ्या दृष्टीस पडले ते दोन पोहण्याचेतलाव!... त्यातला एक खरोखर विस्तीर्ण होता.

माझे चाचा आणि अझरची अम्मी काही प्रतिक्रिया व्यक्त करण्यापूर्वीच अझर आणि मी छोट्या तलावाकडे धावलो. एका मिनिटात आम्ही आमचे कपडे काढले आणि मी केवळ चड्डीवर पाण्यात उडी मारली होती. पाणी अगदी उबदार होतं.

मुंबईपेक्षा इथली हवा कितीतरी थंड होती. मला तलावाच्या तळातून निघणारे बुडबुडे फार आवडले. ते आमच्या शरीरांना सगळीकडून गुदगुल्या करत होते. मला इतकी मजा वाटत होती ना!

अझरची मम्मी घाईघाईनं ओरडत आमच्याजवळ आली, "अझर, पाण्याच्या बाहेर निघतोस का? तुला सर्दी होईल."

माझ्या काकांनी नुसतं माझ्याकडे बघितलं. काही न बोलता. त्यांना माहीत होतं, सांगण्याचा काही उपयोग होणार नाही म्हणून! अझर आणि मी हॉटेलमधल्या इतर पाहुण्यांकडे लक्ष न देता बुडबुड्यांच्या अवतीभवती उड्या मारत राहिलो. ते पाहुणे आम्ही जंगलातले प्राणी असल्यासारखे आमच्याकडे बघत होते. काही मिनिटांनी मात्र आम्हाला तलावाबाहेर यावं लागलं.

"मुलांनो, तुम्हाला आता पाण्यातून वर यावंच लागेल. अझरची मम्मी सांगतेयं ते बरोबर आहे. तुम्हाला सर्दी होईल आणि आजारी पडलात तर आज रात्रीच्या पार्टीला तुम्हाला जाता येणार नाही."

"पार्टी, कसली पार्टी?"

"आपल्या फिल्मच्या टीमसाठी एका हॉटेलात पार्टी आयोजित केलीये. तुम्हाला तयार व्हायला हवं."

या पार्टीच्या विचाराने माझ्यात उत्साह संचारला. आमच्या समोर धरलेले पांढरे टॉवेल्स आम्ही स्वत:भोवती गुंडाळले आणि मुख्य विभागातल्या लिफ्टनं आमच्या खोल्यांकडे जायला निघालो. आम्ही त्या सर्व सुखसोयीयुक्त हॉटेलच्या चौथ्या मजल्यावर राहात होतो. मला ते फार सुंदर वाटलं. माझी झोपडी सोडून दुसरीकडे अशी मी पहिल्यांदाच राहात होते. अझरची खोली, ज्यात तो आईसोबत राहात होता, ती खोली अगदी आमच्या समोरच होती. ती माझ्याप्रमाणेच प्रशस्त होती... इतकी मोठ्ठी की, मी तिच्यात सायकलही फिरवू शकले असते. आणि संडास तर वस्तीतल्या माझ्या खोलीएवढा मोठा होता! खोलीत छोटासा फ्रीज देखील होता. आमच्याबरोबर आलेल्या माणसाने सांगितलं, "या फ्रीजमध्ये चॉकलेट्स, पेयं, बिस्कीटं, चिप्स आहेत. भूक लागली तर काढून हवं ते खा आणि जर कशाची गरज लागलीच तर विचारायला संकोच करू नका. केवळ रिसेप्शनचा नऊ नंबर फिरवा."

मोहिउद्दीन चाचांनी आमच्या सूटकेसेस उघडल्या तेव्हा मी खोलीभर पळत होते, फिरत होते – तिथलं एकेक नवल शोधून काढण्यासाठी. बाथरूम म्हणजे एक मोठा टब होता. माझ्या आयुष्यात पहिल्यांदाच पाहात होते मी आणि सर्व प्रकारची अद्‌भुत सुवासिक द्रव्यं – शांपूच्या छोट्या बाटल्या, क्रीमच्या ट्यूब्ज, साबण, स्वीटस, टॉवेल्स आणि कितीतरी अधिक. त्या वस्तू कधी एकदा वापरून

पाहतीये असं झालं होतं मला. खिडक्यांमधून मला सुंदर पांढरी, गुलाबी फुलं दिसत होती. रूममध्ये दोन मोठे, प्रशस्त पलंग होते, मधे छोटंसं टेबल ठेवून वेगळे केलेले. त्या टेबलावर एक दिवा होता आणि गाद्या इतक्या मऊमऊ होत्या की, मी गादीत बुडून गेले. तिथे एक टी.व्ही.चा विशाल पडदा होता. जो वर्तमानपत्रासारखा सपाट होता.

मी कोणकोणते चॅनेल्स दिसतात हे बघण्यासाठी रिमोटवर झडप घातली पण तितक्यात कुणीतरी दार वाजवले. ती एक स्त्री होती.

''हाय, मी टेस आहे. तुझ्या इथल्या वास्तव्यात मी तुला काय हवं, नको ते बघणार आहे.''

''हाय, मी रुबिना आणि हे माझे चाचा मोहिउद्दिन.''

''तुम्हाला भेटून आनंद झाला. तुम्हाला सांगितलं आहे का कुणी आज संध्याकाळी पार्टी आहे ते? रुबिना मी तुझ्यासाठी एक छानसा ड्रेस आणलाय. तुला बघायला आवडेल का तो?''

''होऽऽ''

टेस खरंच छान होती. तिनं मला पार्टीत घालण्यासाठी एक भपकेदार गुलाबी बिनबाह्यांचा पोशाख आणला होता आणि जोडीला फुलांच्या नक्षीदार सँडल्स. मी हर्षोल्लासित झाले होते – रंगामुळे नव्हे, कारण गुलाबी हा माझा आवडता रंग नाही. पण बहुतेक तो अमेरिकन पोशाख होता म्हणून असावे.

''मला वाटलं हा रंग तुला खुलून दिसेल. तुला आवडला का?''

''मस्तच आहे. खूप आवडला मला.''

सँडल्स थोड्या लहान होत्या पण मी चालवून घेतल्या. तळाशी बुडबुडे येणाऱ्या तलावात डुबकी मारल्याने माझे केस अजून ओलसर होते. मी माझा नवीन ड्रेस चढवला आणि आरशात बघितलं. टेसनं मला सांगितलं, निघायची वेळ झालीय. आम्ही एका अजस्त्र, चकचकीत लिफ्टमधून हॉटेलच्या स्वागतकक्षात गेलो. तिथे अझर आयुष, तनय, आशुतोष, तन्वी हे सिनेमातले अन्य बाल कलाकार होते. आम्ही सगळे या हॉटेलात राहात होतो. आम्ही पुन्हा एकदा गाडीत बसलो आणि दुसऱ्या हॉटेलकडे निघालो. तिथे पार्टी आयोजित केली होती.

आम्हाला आलेलं पाहून डॅनी अंकल घाईघाईनं आमच्या स्वागतासाठी पुढे आला.

''वेलकम टू अमेरिका''

त्यानं आमच्यापैकी प्रत्येकाचं स्नेहपूर्ण चुंबन घेतलं. नंतर त्यानं त्याची बायको आणि तीन मुलांशी ओळख करून दिली. दोन मुली आणि एक मुलगा. ती त्याच्यासारखीच देखणी दिसत होती. त्याच्या कुटुंबाचं वागणं खूपच मैत्रीपूर्ण होतं.

त्याच्या मुलाला, माझ्या बरोबर नृत्य करायचं होतं. मी हसत राहिले. 'स्लमडॉग'ची सगळी टीम इथे पुन्हा एकत्र आली होती, यावेळी आपापल्या कुटुंबीयांबरोबर.

पुष्कळ माणसं माझ्याकडे आली आणि त्यांनी माझी सही मागितली. अजूनही ते चमत्कारिक वाटत होतं पण मला सवयीचं होत होतं ते. प्रत्येक सही करताना मी खूप काळजी घेतली. आम्हाला फळांचा रस देण्यात आला. आलेल्या कोणत्याच खाद्य पदार्थाला मात्र मी हात लावला नाही. ते इतके विचित्र, वेगळे दिसत होते. तासाभरानंतर मला शीण जाणवू लागला आणि जांभया येऊ लागल्या. असं वाटत होतं की मी कधी झोपलेच नव्हते. आत्ता संध्याकाळचे फक्त सात वाजले होते.

या वेळेतल्या फरकानं मला खूप उशीर झाल्यासारखं वाटत होतं. डॅनी अंकल खूप समजूतदार होता.

''मुलांनो, परत जा आणि थोडी झोप घ्या. उद्या तुम्हाला एकदम ताजंतवानं टॉप फॉर्ममध्ये राहायचंय.'' डॅनी अंकलने म्हटले.

ड्रायव्हर आम्हाला हॉटेलवर परत घेऊन गेला. अझरही होता बरोबर. तो माझ्याइतकाच दमला होता. निदान एक वेळ तरी अशी आली होती की, इतका दमल्याने माझ्याशी भांडण करायचं देखील त्राण त्याच्यात उरलं नव्हतं. आपल्या खोलीत आल्यावर मी त्या मोठ्या बिछान्याकडे पाहिलं. वरती पांढऱ्या शुभ्र चादरी घातलेल्या. मी एकटी कधीच झोपले नव्हते. घरी लहान जागेत एकमेकांना खेटून झोपायची सवय होती आम्हाला. इथे इतकी जागा होती. पण हे माझ्याकरता जरा अतिच होतं. मी प्रयत्न केला पण त्या भल्या मोठ्या पलंगावर मला झोप येईना. ती गादी, ती खोली, सगळं फारच ऐसपैस होतं. माझ्या पलीकडच्या पलंगावर चाचा झोपले होते. पण तरीसुद्धा ते वातावरण अनोखंच होतं. काही विचार न करता मी माझा नाईट ड्रेस चढवला आणि पॅसेज ओलांडून समोरचं दार वाजवलं. अझरच्या अम्मीनं दार उघडलं.

''रुबिना, काय झालं?''

''मी तुमच्या पलंगावर तुमच्याजवळ झोपू का?''

आम्ही तिघं एकाच गादीवर झोपलो. तिघं असूनही, त्या प्रचंड मोठ्या खोलीत आम्हाला भीती वाटत होती. अझर आणि त्याच्या अम्मीलाही असल्या गोष्टींची सवय नव्हती. त्यांच्याशी जुळवून घेताना फार त्रास झाला. आम्ही एकत्र मिठी मारून पहुडलो आणि शेवटी झोपी गेलो... थकून भागून! दुसऱ्या दिवशी सकाळी आम्ही फारच लवकर उठलो. तेव्हा मला इतकं मस्त वाटत होतं. मी अमेरिकेत आहे ही भावना अजून मनात पक्की नव्हती.

ताबडतोब आम्ही हॉटेलच्या चौथ्या मजल्यावरून तरण तलावाकडे धाव घेतली. त्यामध्ये डुंबायचं होतं आम्हाला. बांद्रा पूर्व येथे मी दररोज एका ड्रेनेजच्या

टाकीमध्ये अंघोळ करते. चिखलाचा डोंगर आहे ना, त्याच्या अगदी मागे आहे ती टाकी. ही टाकी आकारानं माझ्या घरातल्या खोलीइतकी असून तिच्यावरून अजस्त्र, जाडेजुडे पाईप जातात. पाणी अगदी काळंकुट्ट असतं. पृष्ठभागावर कचऱ्याचे अवशेष, जुन्या चपला, वेष्टनं तरंगतात पण उन्हाची तलखी सुसह्य करण्यासाठी ती एकमेवं जागा होती. ज्याच्या आधाराने मी आता उतरते त्या छोट्या पाईप्सभोवती कापडाचे तुकडे बांधलेले आहेत. दोरी म्हणून त्यांचा उपयोग होतो. सगळी वस्तीतली मुलं उकाडा असताना तिथेच गोळा होतात. बऱ्याच बायका तिथे कपडे धुवायला देखील येतात.

काही मुलं वरून उड्या मारतात... आजूबाजूला असलेल्या सर्वांवर पाणी उडवत! मी काही झालं तरी हा रोजचा दिनक्रम चुकवत नसते. मला पाण्यात डुंबायला फार आवडतं. ते फार खोल नसतं पण कोपऱ्यातल्या पायऱ्यावरून सूर मारायचा आविर्भाव असतो माझा. मी टी.व्ही. वर दाखवतात ना, तंतोतंत तसाच सूर मारते... दोन्ही हातांची घडी घालून. वस्तीतल्या फार थोड्या मुलांना पोहायला येतं ज्यांना येतं ते नक्कीच त्यांच्या खेड्यात शिकले असतील. या टाकीत केवळ एकाच गोष्टीची खबरदारी घ्यावी लागते. ते पाणी चुकूनही न गिळण्याची. एकदा माझ्या तोंडात काही पाणी गेलं. ते खरंच कडुशार होतं. याखेरीज या पाण्याच्या तळाशी सापही आहेत. तुमचा त्यांच्यावर पाय पडला की, ते चावण्याची शक्यता नाकारता येत नाही. मी माझ्या घरात कधीच अंघोळ करत नाही. बाथरूमच्या छोट्या कोपऱ्यात नेहमी झुरळं असतात आणि पाणी जपून वापरावं लागतं, कारण त्याची फार टंचाई असते. मी झटकन ड्रेनेजच्या टाकीत सूर मारून येते. ते अधिक मौजेचं असतं.

लॉस एंजलिसमधील या हॉटेलमधील पोहण्याच्यातलावातील पाणी स्वच्छ होतं, अगदी निर्मळ आणि तलाव तर एखाद्या जलाशयाइतका विस्तीर्ण होता. तो जुहू चौपाटीपेक्षाही सरस होता. चौपाटीवर लाटांमुळे छान अंघोळ नाही करता येत. परंतु मी माझ्या हॉटेलमधल्या खोलीतला तो बाथटब मात्र कधीच वापरला नाही. फक्त एकदाच माझे केस धुतले होते तिथे.

मग मला हे समजलं की, ज्या पोहण्याच्या तलावाच्या नळातून बुडबुडे येतात अशा तरण तलावाला 'जाकुझी' म्हणतात. तो विचित्र शब्द मी पुन्हा पुन्हा उच्चारीत राहिले. संपूर्ण सकाळचा वेळ आम्ही त्यात डुंबत राहिलो. तिथून आम्हाला बाहेर काढणं, माझे चाचा आणि अझरच्या अम्मीला फार कठीण गेलं.

त्या हॉटेलमध्ये खूप रेस्टेरॉस होती. पण अमेरिकन्स वेगळ्या पद्धतीचं जेवण घेतात. डाळ-भात किंवा चिकन मसाला यातलं तिथे काहीच नव्हतं. फक्त चमत्कारिक चवीचे, न पाहिलेले पदार्थ. ते सारं इतकं बेचव असण्याचं कारण त्या कुठल्याच

पदार्थांत मसाले नव्हते. ते ज्याला 'पिझ्झा' म्हणायचे त्याची तर चव मला शेवटपर्यंत आवडली नाही. पिझ्झा म्हणजे एक प्रकारची चपाती, टोमॅटो सॉस आणि कसल्यातरी पांढऱ्या पदार्थाने माखलेली. त्यांच्याकडे बटाटेही होते. लांब काप केलेले. पण पुन्हा नुसते मीठ शिंपडलेले आणि रस्सा नाही.

घरी तर मी जेवताना फार खळखळ करायची. माझी दादी नेहमी शिव्या द्यायची मला, "अन्न चिवडणं थांबव! सगळं खायला शीक!" म्हणायची. इतकं असूनही ती नेहमी माझं आवडतं जेवण बनवायचीच. पण अमेरिकेत, मला खरोखर आवडण्यासारखं काही नव्हतंच... बिस्किटं, चॉकलेट बार आणि नूडल्स सोडले तर. नूडल्सना तिथे ते 'पास्ता' म्हणतात. तेही मसालेदार नसायचे पण निदान थोडीतरी चव असायची. पास्ता दोन रंगांमध्ये तिथे उपलब्ध होता – एक पांढरा, जो मला फारसा आवडला नाही आणि दुसरा लाल सॉसमध्ये थोड्या भाज्या घालून केलेला. हा ठीक होता.

लंचनंतर नेहमीसारखेच आम्ही कुठे काय आहे हे बघायला गेलो. थोड्या वेळाने टेस आम्हाला भेटायला हॉटेलात आली. माझ्या खोलीत तिने बरेचसे ड्रेसेस पलंगावर पसरले... मी त्यातला हवा तो निवडावा म्हणून.

"हे घे रुबिना, तुझ्या आजच्या संस्मरणीय, सर्वात महत्त्वाच्या रात्रीसाठी तुला घालायला आवडेल तो ड्रेस निवड."

तिथे कमीतकमी वीस ड्रेस होते. मॅचिंग बूट आणि हेअर-पीनांसकट. मी एकामागून एक बघत राहिले. माझा निर्णय होईना. मला सगळेच हवे होते. शेवटी, मी एक सिल्कचा ड्रेस निवडला. त्याचा रंग आकाशी निळा होता. अगदी तलावातल्या पाण्यासारखा रंग होता तो. पण मला हवे असलेले बूट निवडून घेण्यात अडचण आली. कारण ते मला बरोबर होत नव्हते. फोन करून टेसला माझ्यासाठी दुसरी जोडी मागवावी लागली.

"इथेच थांब. तुला तयार व्हायला मदत करण्यासाठी कुणीतरी येईल. मी लवकरच भेटते तुला. दुसऱ्या मुलांकडे बघून येते."

त्यानंतर थोड्याच वेळात एक स्त्री आली. तिनं माझा सुंदर ड्रेस माझ्या अंगात घालायला मदत केली. माझे पाय त्या ड्रेसला मॅच होणाऱ्या पांढऱ्या बुटात सरकवले. नंतर माझ्या ड्रेसच्या चुण्या ठाकठीक केल्या. त्यानंतर पाठीमागे मोठ्ठी रिबीन बांधली. तिनं माझी केशरचना करण्यासाठी बराच वेळ लावला आणि एक पातळसा रुपेरी रंगाचा हेअर-बँड पसंत केला.

"तू माझ्या चेहऱ्यावर मेकअप नाही करणार?"

"ओह, नाही. तू अशीच सुंदर दिसतेच. खरंच सांगते, नैसर्गिक दिसणं हे मेकअप पेक्षा कितीतरी चांगलं!"

"ठीक आहे."

माझी किंचित निराशा झाली. मला डोळ्यांत काजळ घालायला आवडायचं. बहुधा अमेरिकेत ही फॅशन नसावी. त्या स्त्रीनं मला सांगितलं इथली मुलं मेकअप नाही करत. आपल्याला थोडा अमेरिकन स्टाईलचा मेकअप करायला मिळेल अशी मला आशा वाटत होती. नशीब, मी इकडे येण्याआधी रुक्सरने माझ्या हातावर आणि दंडावर सुरेखशी नक्षी काढली होती.

हॉटेलातल्या खोलीमध्ये असलेल्या लांबलचक आरशात स्वत:चं रूप बघायला मी केव्हाची अधीर झाले होते. त्या स्त्रीनं मला तो ड्रेस समारंभाच्या आधी चुरगळू नये याकरिता नीट आवरून बसायला सांगितले.

माझ्या मनात आजचा हा पुरस्कार सोहळा कसा असेल याचे विचार घोळत होते. मला खात्री होती तो मुंबईतल्या आमच्या प्रिमियरपेक्षाही अधिक देखणा असेल कारण अमेरिकेत प्रत्येक गोष्ट भव्य प्रमाणात केली जाते.

आम्ही सगळे हॉटेलच्या स्वागतिकेमध्ये भेटलो. तन्वी नावाची बालकलाकार, जिनं थोडी मोठी झालेल्या लतिकेचा अभिनय केला होता; ती तिच्या मरून रंगाच्या ड्रेसमध्ये फार सुंदर दिसत होती. सगळ्या मुलांनी काळ्या रंगाचे सूट घातले होते. आतमध्ये पांढरा शर्ट आणि बो लावलेला. अगदी विदूषक अझरसुद्धा खरंच सभ्य, सुसंस्कृत दिसत होता. आम्हाला घेऊन जाणाऱ्या गाडीची वाट बघत असताना आम्ही स्वागतकक्षात मांडलेल्या आरामदायी सोफ्यावर बसून चिक्कार फोटो काढले एकमेकांचे. आम्ही एकमेकांची प्रशंसा करत होतो. मी वेगवेगळ्या पोझेसमधले खूप खूप फोटो काढले. कधी अझरजवळ कॅमेरा असायचा तर कधी माझ्याजवळ. हॉटेलमधल्या एका नोकराने आम्हा सगळ्यांचा ग्रुप फोटो घेतला. अझर, आयुष, तन्वी, आशुतोष आणि मी, सगळे 'स्लमडॉग' मधले बालकलाकार. नंतर त्या सेवकाला त्याचा फोटो आमच्याबरोबर काढून हवा होता. आम्ही सगळे चेकाळलो होतो आणि आमच्या 'खास' रात्री होणाऱ्या कार्यक्रमाविषयी चर्चा करत होतो.

"मुलांनो, गाडीत बसा!" कोणीतरी म्हटले.

ही साधीसुधी गाडी नव्हती. ती खूप लांबलचंक होती आणि एखाद्या मिनीट्रेन सारखी दिसत होती. काळ्या काचा लावलेल्या आणि आतमध्ये माझा आख्खा वर्ग बसेल इतकी जागा. मी मुंबईत कधी अशी गाडी पाहिली नव्हती. त्यांनी मला त्या गाडीचं नाव सांगितलं पण ते माझ्या लक्षात नाही राहिलं. फारच कठीण आहे.

माझे अंकल आणि अझरची अम्मी दुसऱ्या गाडीत चढले. माझ्या अंकलनी बरोबर आणलेलं एक जाकीट घातलं होतं. प्रमुख हॉलमधल्या समारंभाला ते उपस्थित राहणार नसल्याने त्यांना माझ्यासारखा डामडौल दाखवला नसता तरी चालणार होतं. वाटेत आम्ही आमच्यासाठी फळांचे रस आणि कोकाकोला आपापल्या

ग्लासमध्ये ओतून घेतले. ते ग्लासेस केवळ आमच्यासाठी एका मिनी फ्रीजच्या डोक्यावर ठेवण्यात आले होते. जिथे ऑस्करचा समारंभ होणार त्या कोडॅक थिएटरवर आम्ही पोहोचलो. तिथे तर मुंबईच्या प्रीमियरला जमली होती त्याहून कितीतरी अधिक माणसं आली होती. ते थिएटर विशाल होतं. गाडीतून उतरायचाच अवकाश, कॅमेरे आमच्यावर रोखले गेले. इथले पत्रकारसुद्धा नीटनेटक्या, चांगल्या वेषात होते.

मी प्रत्येकाकडे बघून हसले. डॅनी अंकल आणि बाकीचं फिल्म युनिट आमच्यासाठी लाल गालिच्यावर थांबलं होतं. मला प्रीती झिंटा दिसली; तिनं भपकेदार रॉयल ब्लू रंगाचा सॅटीनचा ड्रेस घातला होता. तिथे आणखीनही कितीतरी सुंदर स्त्रिया होत्या. त्या सगळ्या बार्बीसारख्या दिसत होत्या. तनय आणि आशुतोष – आमच्यातले वयाने सर्वात मोठे बालकलाकार आनंदाने उड्या मारायला लागले.

"पाहिल्यात या साऱ्या नट-नट्या?"

उंची वस्त्रातले ते सगळेच अर्थात नामवंत कलाकार होते असा तर्क मी केला पण मी त्यापैकी एकालाही ओळखत नव्हते. आत्तापर्यंत मी एकही विदेशी सिनेमा पाहिला नव्हता. फ्रिदा पिंटो निळ्या पोशाखात अतिशय आकर्षक दिसत होती आणि तनय बरोबर माझ्याही कानात मधूनमधून कुजबुजत होती. त्या नामवंतांची नावं सांगत होती.

"ती उंच, पिंगट केसांची स्त्री, ती निकोल किडमन!"

"आणि ती पेनेलॉप क्रूझ!"

अझरला देखील ती सर्व मंडळी कोण आहेत हे माहीत नव्हतं. पण फोटोग्राफर्सना एखाद्या 'स्टार'च्या मागेमागे धावताना दिसले की, तोही त्यांची सही मागायला धावायचा. मला अँजेलीना जोली नावाची अभिनेत्री भेटली. तिने माझ्या 'स्लमडॉग' मधल्या भूमिकेबद्दल अभिनंदन केलं. मी लाजले. नंतर मी तिची सही मागितली आणि त्या बदल्यात तिने माझी!

'स्लमडॉग'चा संगीत दिग्दर्शक ए.आर. रहमान दिसताच मी त्याच्याकडे धावत गेले. "तुमचं संगीत मला फार आवडतं हे मला तुम्हाला सांगायचंय," मी म्हटलं.

"थँक यू. मी फार हेलावून गेलो आहे. तुला ठाऊक आहे? तू सुद्धा फार छान काम केलंयस!" त्यानं मला उत्तर दिलं.

पत्रकारांनी माझ्यावर स्तुतीसुमनांचा वर्षाव केला. आम्हाला प्रश्न विचारण्यासाठी ते रांगेत उभे राहिले. शेवटी प्रत्येक जण प्रेक्षागृहात गेला. माझे अंकल आणि अझरची अम्मी हा पुरस्कार समारंभ दुसऱ्या खोलीमध्ये मोठ्या पडद्यावर पाहात होते. मुख्य प्रेक्षागृहात आम्ही सारे एकत्र बसलो; समारंभाच्या सूत्रधारानं उच्चारलेला

प्रत्येक शब्द कानात साठवत. प्रत्येक विभागातील पुरस्कार विजेत्यांची नावं जसजशी वाचली जात होती तसतसा आम्हाला अधिकाधिक चेव चढत होता. 'स्लमडॉग'ने अगोदरच कितीतरी पुरस्कार जिंकले होते.

ए.आर. रहमान स्टेजवर 'जय हो' गाण्यासाठी आला. कार्यक्रमाचा तो भाग मला विशेष आवडला. मी सुद्धा गात होते, त्याच्या तालावर डोलत होते. मीच नव्हे तर प्रत्येकजण त्या गाण्याचा आनंद घेताना दिसत होता. त्या गाण्याला प्रेक्षकांकडून भरपूर दाद मिळत होती. त्याला एक नाही; तर चक्क दोन पुरस्कार मिळाले याचा मला खूप आनंद झाला. मला वाटलं आमचं गाणं खरंच गाजत असावं कारण त्याला इतकं मोठं बक्षीस मिळालं होतं. पण सर्वात महत्त्वाचा पुरस्कार तर शेवटी जाहीर होणार होता हे मला ठाऊक होतं.

...आणि आता. सर्वोत्कृष्ट चित्रपटाचा ऑस्कर! सर्वत्र शांतता पसरली. ते नाव 'स्लमडॉग' असणार आहे या विचारावर आमच्या सर्वांच्या आशा एकवटल्या होत्या आणि आम्ही सगळे मनोमन त्यासाठी प्रार्थना करत होतो. एव्हाना सोहळा सुरू होऊन चार तास लोटले होते. प्रतीक्षा असह्य होत होती. आम्हाला पुन्हा एकदा नामांकन मिळालेल्यांची नावं ऐकावी लागली. नंतर ते छोटं पाकीट एकदाचं उघडलं गेलं.

"अँड द विनर इज.... "

अझर आणि मी श्वास रोखून धरले.

"...स्लमडॉग मिलेनिअर...."

आम्ही सगळे एकाच वेळी चित्कारलो. सगळेजण एकमेकांना मिठ्या मारू लागले. डॅनी अंकल स्टेजवर जाण्यासाठी उठून उभा राहिला. त्याच्या पाठोपाठ सिनेमाचं अख्खं युनिट जाऊ लागलं. प्रेक्षकांचा जमाव आमचा जयघोष करत होता आणि टाळ्यांचा गजर थांबतच नव्हता. मी स्टेजवर मागच्या बाजूला असल्याने देव पटेलनं मला त्याच्या खांद्यांवर उचलून घेतलं. त्यामुळे मला सगळं पाहायला मिळालं... यथासांग! आणि नंतर ऑस्करची बाहुली प्रत्येकाकडे जात राहिली. मी तो प्रतिष्ठेचा पुरस्कार हवेत नाचवत होते....

आम्ही एक दोन नाही, तर चक्क आठ ऑस्कर्स पटकावली होती! माझ्या झोपडपट्टीत सगळ्या मुलांचं स्वप्न असते नट बनण्याचं. जर एखादी झोपडपट्टीतील मुलगी काम करत असलेला चित्रपट ऑस्कर जिंकू शकतो तर वस्तीतला एखादा क्षुद्र किडा-मुंगीचं आयुष्य जगणारा, निष्कांचन, कोट्यधीश का बरं होऊ शकत नाही? ...सिनेमात दाखवलाय तसा...? हो की नाही?

उरलेली रात्र इतक्या वेगाने सरली की, मला समजतही नव्हतं काय घडतंय ते. समारंभ संपल्यावर आम्हा सर्वांना गव्हर्नरच्या बॉल डान्सला आमंत्रित केलं होतं.

मी ऐकलं होतं की ती फारच मोठी, प्रतिष्ठेची मेजवानी असते. मी थोडी शँपेनही घेतली. अल्कोहोल पिण्याचा तो माझा पहिला प्रसंग. मला चक्कर वगैरे काही आली नाही. डॅनी अंकलनं बाटली उघडली, त्यातली काही सांडली. नंतर त्यानी प्रत्येकाला थोडी थोडी दिली. त्यांनी मला सांगितलं "थोडीशी घे." कारण आम्ही आमचे यश साजरे करत होतो. डिनरला मी, अझर आणि देव पटेल यांच्यामध्ये बसले. त्यानं जेव्हा मला माझ्या प्लेटकडे त्रासिक नजरेनं बघताना टिपलं तेव्हा तो मला चिडवू लागला.

"तुला तर पिझ्झा आवडत नाही?"

"नाही फारसा...."

"ग्रेट, मग मी त्यातला एक तुकडा घेतो."

ते काही असो, मला तशी फारशी भूकही नव्हती. पुरस्कार समारंभानंतर मी इतकी दमले होते की आनंद, अभिमान या साऱ्या भावना मागे पडल्या होत्या.

कोडॅक थिएटर सोडताना सर्व बाजूंनी कॅमेऱ्यांचा चकचकाट होत होता. नंतर पत्रकारांबरोबर मुलाखतीच्या नव्या फेऱ्या, प्रत्येकाकडून अभिनंदन आणि गव्हर्नरच्या बंगल्यापर्यंतचा प्रवास. आणि ती तर केवळ सुरुवात होती. जेवणानंतर आम्ही एका पार्टीला गेलो एका हॉटेलात. नंतर दुसरी पार्टी, नंतर आणखीन एक...

प्रत्येकवेळी तेथे आम्ही पाच मिनिटं नृत्य करायचो आणि निघून जायचो. शेवटी 'आता पुरे' म्हणण्याची वेळ आली.

अझर आणि आयुष, तेही माझ्यासारखेच थकलेले होते. प्रत्येक ठिकाणी पत्रकार आमच्याशी बोलायला उत्सुक. अझर तर थोड्या वेळाने वैतागला. त्याच्या क्रोधाचा पारा चढू लागला.

"यापुढे एकही प्रश्न विचारू नका. मला फक्त झोपायचं आहे. मला एकटं सोडा."

मी मात्र संतापले नाही, शांत राहिले आणि अर्धवट झोपेत उत्तरं दिली. माझ्या पापण्या जड झाल्यासारखं वाटत होतं. पाच पार्ट्या आणि असंख्य मुलाखती झाल्यावर एकदाचे आम्ही हॉटेलमध्ये परतलो. माझ्या खोलीत जाऊन मी माझे सुरेखसे कपडे काढले आणि अझरच्या खोलीकडे सटकले. त्याला आणि त्याच्या आईला खेटून झोपले. थोड्याच वेळात मला गाढ झोप लागली.

मिकी माऊस बघायचाय?

दुसऱ्या दिवशी सकाळी आम्ही उशिरा उठलो. ऑस्करच्या सोहळ्याची आणि नंतर झालेल्या त्या मेजवान्यांची झिंग एवढी होती की माझा अजूनही हे सारं माझ्या आयुष्यात घडतंय यावर विश्वास बसत नव्हता. हा दिवस मला दाखवल्याबद्दल मी अल्लाचा शुक्रिया अदा करत होते.

तितक्यात टेस खोलीत आली आणि ''लवकर आटप आपल्याला सगळ्यांना डिस्नेलँड नावाच्या थीम पार्कला जायचंय'' असं सांगू लागली. आज आमचा मौजमस्तीचा दिवस होता.

इतके विविध प्रकारचे राईडस असलेल्या उद्यानात मी आजवर कधीच गेले नव्हते... अपवाद फक्त एकच – बाबा हॉस्पिटलच्या मागे असलेली बाग; जिथे अब्बा आम्हाला घेऊन जात कधीकधी. तिथे एक झोपाळा होता आणि थोड्या घसरगुंड्या. त्यामुळे तिथे जाताना नेमक्या कशाची अपेक्षा करावी समजत नव्हतं. तरीपण मी तो धमाल करायचा दिवस असल्याने उत्तेजित झाले होते.

मला हॉलीवूडच्या चंदेरी दुनियेतल्या ताऱ्यांविषयी फारशी माहिती नाही परंतु मी टी.व्ही वर कार्टून्स पाहिली होती, त्यामुळे मला डिस्नेची पात्रं परिचित होती. आज खरेखुरे 'मिकी माऊस' आणि 'डोनाल्ड डक' तिथे उपस्थित असतील असं मला वाटत होतं. त्यांना भेटायच्या कल्पनेनं मी अधिक रोमांचित झाले होते.

सगळी मुलं तयार झाली. अगदी माझे चाचा आणि अझरची अम्मीसुद्धा आमच्याबरोबर आले. टेस आणि आम्ही लॉस एंजलिसला उतरल्यापासून आमच्या सोबत असणारे शरीररक्षक देखील आले. मला हे कळत नव्हतं आम्हाला अंगरक्षकांची काय गरज होती? इथे कोण आमचं वाकडं करणार होतं?

जेवणाच्या वेळेच्या सुमारास आम्ही डिस्नेलँडला पोहोचलो. अशा तऱ्हेच्या

उद्यानात मी कधी पाऊल टाकलं नव्हतं आणि ते मोठ्ठं असेल अशी अपेक्षा असली तरी इतकं प्रचंड असेल असं कधी स्वप्नातही वाटलं नव्हतं. आमच्या झोपडपट्टीच्या दुप्पट किंवा अजूनही मोठं असेल ते. ही जागा फारच अद्‌भुत होती. इथे गरीब लोक मात्र नव्हते.

त्यांनी आम्हाला सांगितलं, आम्ही तिथल्या वेगवेगळ्या खेळांवर हव्या तेवढ्या फेऱ्या मारू शकतो. डझनभर भिन्न भिन्न आकर्षणं होती तिथे आणि प्रत्येकावर रपेट मारायचा मी निश्चय केला होता. पण हे उमगत नव्हतं की सुरुवात कशी करायची आणि कुठल्या खेळापासून! या सर्व राईडस विजेवर चालतात.

मिकी माऊस आणि इतर कार्टूनमधली पात्रं तिथे आसपास फिरत होती. इतकी गोड होती ना ती; मी त्यांच्याबरोबर हस्तांदोलन केलं. नंतर मिकी-माऊस आणि डोनाल्ड-डकबरोबर मजेदार नाच देखील केला.

तिथेच मला माझ्या आयुष्यातलं सर्वात मोठ थ्रिल, रोलर कोस्टर अनुभवायला मिळालं. ते मला फार फार आवडायचं. ही एक रूळांवरील गाड्यांमध्ये बसून केलेली राईड असते. तुमच्या सुरक्षिततेसाठी तुम्हाला एका पट्ट्याने बांधले जाते. ती गाडी हळूहळू सुरू होते आणि उंचावर जाऊन पोहोचते... खरोखरी उंचीवर. नंतर हाऽऽऽ कर्कश्श आवाज करत ती खाली येऊ लागते. तुम्हाला वाटू लागतं जणू तुम्ही चिरडले जाणार आहात. विस्मयकारक होतं ते. प्रत्येकजण घाबरून किंचाळायला लागला. विशेषत: आम्ही चढाच्या अंतिम टप्प्यात पोहोचलो आणि विलक्षण वेगानं खाली येऊ लागलो तेव्हा... विश्वास बसणार नाही इतका प्रचंड वेग होता तो. ...मला माहीत नव्हतं ही राईड अशा प्रकारची असेल. मला वाटत होतं एखाद्या धिम्या गतीनं जाणाऱ्या ट्रेनसारखी ही 'राईड' असेल पण ही तर अतिवेगवान, भोवळ आणणारी राईड होती. माझ्या शेजारी बसलेले माझे चाचा भीतीनं पांढरेफटक पडले. जेव्हा त्या राईडवरून आम्ही खाली उतरलो तेव्हा मला वाटलं ते खाली कोसळणार कारण त्यांना गरगरत होतं. जेव्हा मी पुन्हा जाऊ या म्हणून सुचवलं तेव्हा अत्यंत गंभीरपणे त्यांनी नकार दिला. त्यानंतर ते बोटीतून चक्कर मारायला पण आले नाहीत. अझरच्या अम्मीनं तर कुठलीही फेरी मारण्यास नकार दिला... विशेषत: रोलर कोस्टरवर नजर टाकल्यावर तर ठाम नकार! अझर या राईडनंतर एकदम गप्प झाला.

अमेरिकेत सुद्धा मला आचरट नावांनी हाक मारायची त्याची सवय कायम होती. अर्थात आम्ही काही वेळा एकत्र हसत खेळत असू. पण बहुतेक वेळा तो फार तापदायक होता. त्याच्या वागण्यामुळं लोकांना वेड लागायची पाळी यायची ते त्याला आवडायचं. अगदी त्याची अम्मी सुद्धा सुटली नाही त्याच्या कचाट्यातून. त्याच्या अखंड बालीश, पोरकट वागण्यानं त्याच्या आईची सहनशक्ती संपुष्टात आली.

"अम्मा, प्लीज भूत असल्याचं सोंग कर ना."

"पुरे अझर, चूप बैस।"

"अम्मा,अम्मा, अम्मा, अम्मा... भूत असल्याचं नाटक कर."

कधीकधी त्याची आई त्याच्या सतावण्यापुढे हात टेकायची. पण हे तर मलाही आवडलं. मी अझरच्या खेळामध्ये सुद्धा नेहमी सहभागी व्हायची. अझर 'आऊ' करून किंचाळायचा आणि इकडून तिकडे धावत सुटायचा तेव्हा ती तिच्या डोळ्यांच्या पापण्या उलट्या करायची आणि तिच्या डोळ्यातला पांढरा भाग दिसायचा. तेव्हा मात्र ती खरंच एखाद्या भुतासारखी दिसायची. मग आम्ही वेड्यासारखे हसत सुटायचो! याउलट त्याने जेव्हा मला 'चपटी' म्हणून हाका मारल्या, तेव्हा त्याच्यावर थुंकताना मी जराही मागेपुढे पाहिलं नाही. पत्रकार जेव्हा आमची स्वतंत्रपणे मुलाखत घेत होते तेव्हा मी त्याला उत्तर देताना ऐकलं, "रुबिना? उं हूं, मला ती मुळीच आवडत नाही. तुम्ही पाहिलं नाही का किती कुरुप आहे ती?"

माझे अझरबरोबर कसे संबंध आहेत ते विचारल्यावर मी देखील उत्तर दिलं, "अझर? तो भोपळा? मला त्याचं वागणं अजिबात सहन होत नाही."

अर्थातच, आम्ही या गोष्टीची खात्री करून घ्यायचो की हे एकमेकांबद्दलचे भयंकर शेरे मारताना आमचा आवाज टीपेला पोहोचलेला असेल, दुसऱ्याला त्यातला शब्द न शब्द ऐकू यावा यासाठी! फक्त एकदाच, जेव्हा त्याला वाटलं मी दुसरीकडे बघतीये, त्याचवेळी मी त्याला उत्तर देताना ऐकलं होतं, "रुबिना? हो, ती फार सुंदर आहे आणि स्वभावाने खरंच खूप चांगली आहे."

मी त्याच्या प्रशंसेची परतफेड केली होती, कॅमेऱ्यासमोर; पण तितकंच! मात्र रोलर कोस्टवर मी एकदाही त्याच्या तोंडी 'माकडतोंडी' 'चपटी' ऐकलं नाही. तो इतका भेदरला होता की, आपलं तोंडही उघडू शकला नाही. मला विचाराल तर, मला पुन्हा पुन्हा त्याच्यावर बसावंसं वाटत होतं. इतकंच नाही, तर ते याहून वेगानं फिरलेलंही मला आवडलं असतं.

मला तो भयाचा मनोरा (टॉवर ऑफ हॉरर) ही खूप आवडला. आतमध्ये मिट्ट काळोख भेडसावणारा... विशेषतः जेव्हा भूत त्याची तलवार घेऊन आमचा पाठलाग करतं तेव्हा... मी त्या मनोऱ्याकडे अनेकदा गेले. माझे चाचा या फेरफटक्यांबाबत मुळीच उत्सुक नव्हते तरी. चाचांना हे समजत नव्हतं की, इतके घाबरल्यावर सुद्धा मला त्यात मजा कशी काय वाटत होती?

नंतर मधुर आणि मी एका राईडवर बसलो. दोन सीट (आसनं) असलेली ती राईड आकारानं मजेदार होती. अंड्याच्या कवचासारखा आकार होता तिचा. यामध्ये बसताना आम्हाला एक जाकेटही घालावं लागलं ज्यानं सुरक्षा पट्ट्याचंही काम केलं. नंतर ते कवच सर्व दिशांमधून फिरायला लागलं. आम्ही एकदा या बाजूला

तर एकदा त्या बाजूला हिंदकळत होतो, वरचे खाली; खालून वर जात होतो. एखाद्या रस काढणाऱ्या मिक्सरमध्ये बसल्यासारखं वाटत होतं. मी पार हादरून गेले होते. माझे केस माझ्या तोंडावर आले होते. काही संकट उद्भवलं तर आपल्याजवळ एक बटण असतं ते दाबायचं आणि कवच ताबडतोब हलायचं थांबतं. मधुर आणि मी एकदाही बटण दाबलं नाही; मात्र आम्ही खूप किंचाळलो.

नंतर आम्हाला एकेक बर्गर देण्यात आला. तो इंडियन स्टाईल बर्गरसारखा म्हणजेच वडा-पावसारखा दिसत होता. परंतु हे त्याचं चिंच कोथिंबीर नसलेलं कमी चवीचं वेषांतर होतं आणि फक्त मीठ लावून खायचा तो. मी कशालाही हात लावला नाही. आम्ही हॉटेलात परत आलो तेव्हा रात्रीचे अकरा वाजले होते. तो एक मोठा मजेदार दिवस होता.

दुसऱ्या दिवशी डॅनी अंकलनी सिनेमाच्या संपूर्ण टीमला बीचवर नेलं. तिथे इतकं काही करण्यासारखं होतं आणि ते जुहू चौपाटीचं अधिक भपकेदार रूप होतं. पाण्याचा रंग गर्द निळा होता आणि ते कमालीचं स्वच्छ दिसत होतं.

डॅनी अंकल आमच्याबरोबर खेळला आणि लहान मुलांसारखा मेरी-गो राऊंडवर देखील बसला. यातल्या एका फेरीमध्ये तर मी एक मऊमऊ खेळण्यातलं अस्वलसुद्धा जिंकले... ती फेरी फार भयंकर समजली जायची. आम्ही आमचा आवडता हाताचा खेळही खेळलो. त्याने आम्हाला विचारलं, त्याचा देश आम्हाला आवडला की नाही. मी त्याला म्हटलं की, अमेरिका हा जगातला सर्वात उत्कृष्ट देश आहे याविषयी माझी खात्रीच पटली आहे, मात्र तेवढं जेवण सोडलं तर!

दुपारच्या जेवणाच्या वेळी, मी माझ्या प्लेटमधल्या चिकन रोलला हातही लावला नाही. मला तो बाह्यदर्शनीच आवडला नाही. इथे जेवणाच्या पद्धती फार भिन्न आहेत आणि मला तर माझ्या घरच्या मसालेदार जेवणाची सवय आहे. तरीही, तो माझा अमेरिकेतला अखेरचा दिवस भन्नाट होता. प्रत्येकजण आरामात होता आणि आनंदात. संध्याकाळी टेसनं आम्हाला खरेदीसाठी शहरात नेलं. तिथे एक मोठ्ठी इमारत होती. तिच्यामध्ये खूप दुकानं होती आणि सर्वत्र दिव्यांचा झगमगाट. अमेरिकेत सगळंच कसं भव्य असतं. तिथे अशा पायऱ्या होत्या... ज्यांच्यावर तुम्ही फक्त उभं राहायचं. त्या तुम्हाला आपोआप वरती घेऊन जातात. अमेरिकेत प्रत्येक गोष्टीसाठी यंत्रं होती.

टेसनं मला दिलेल्या थोड्या डॉलर्समधून मी अब्बांसाठी एक ऑरेंज कलरचा टी शर्ट खरेदी केला. मला याहून अधिक काही घ्यायचं नव्हतं. मी विश्रांती घ्यायला कारकडे वळले... इतरांची वाट पाहात बसले. आणि बघता बघता मला डुलकी लागली. बाकीची मुलं गाडीकडे आली तेव्हा मी गाढ झोपले होते.

सगळ्या मुलांना एक लाल रंगाची बॅग देण्यात आली. आतमध्ये काय असेल

याची काही कल्पना नव्हती पण जेव्हा मी ती उघडली तेव्हा मला आनंदाने चित्कारल्यावाचून राहवलं नाही. कारण त्यात एक कॅमेरा आणि एक लॅपटॉप होता. बांद्राच्या पूर्वभागातील वस्तीतली लॅपटॉप बाळगणारी मी एकमेव व्यक्ती असणार होते. माझ्या नवीन कॅमेऱ्यात मी अजून कितीतरी मजेचे, संस्मरणीय क्षण बंदिस्त करणार होते. मला संगणक कसा वापरायचा माहीत नव्हतं पण मला शिकायचं होतं.

दुसऱ्या दिवशी डॅनी अंकल हॉटेलवर आमचा निरोप घ्यायला आले. आम्ही मुंबईला प्रयाण करणार होतो. ती त्यांची शेवटची भेट. डॅनी अंकलना सोडून जायला फार जिवावर आलं होतं; मन उदास झालं होतं. पुन्हा कधी भेटतील कोण जाणे. ते काही वेळ माझ्याशी बोलले, इंग्लिशमध्ये. पण भाषांतर करायला लव्हलिन नसल्यामुळे मला फारसा अर्थ कळला नाही. मी म्हटलं "थँक यू, डॅनी अंकल... तुम्ही केलेल्या प्रत्येक गोष्टीसाठी आभार मानते." आणि ते निघून गेले. मला रडावसं वाटत होतं. माझे अब्बा भारतात माझी वाट पाहात नसते तर मी आयुष्यभर अमेरिकेत राहिले असते!

अमेरिका कशी होती?

आम्ही जेव्हा २६ फेब्रुवारीला मुंबईत उतरलो तेव्हा आम्ही कुणीतरी मोठे 'स्टार्स' असल्यासारखं, आमच्या स्वागताला जमलेला विशाल जनसमुदाय आणि पत्रकार पाहून मला 'ऑस्कर'ची महती पटली. तो आरडाओरडा, त्या घोषणा, कॅमेऱ्यांचा लखलखाट, प्रॉडक्शन कंपनीनं भाड्यानं घेतलेल्या मोठ्या गाड्या आणि शहरातून जाताना आम्हाला मिळालेलं पोलीस संरक्षण ही सगळी ह्या मोठेपणाची सूचक चिन्हं होती. पण मला घरी माझ्या झोपडपट्टीकडे जायची मुळीच घाई नव्हती. विमानतळावरून घरी परत जाताना गाडीमध्ये माझे अब्बा मला म्हणाले होते, "आपल्या वस्तीत तुझ्या स्वागताची जी जंगी तयारी झालीय त्याच्या तुलनेत हे काहीच नाही. प्रत्येकजण तुझी आणि अझरची वाट पाहतोय. तुम्ही दोघं आता खऱ्या अर्थाने स्टार झालात!"

हे सगळंच माझ्या दृष्टीनं फार भराभर घडत होतं... त्या जनसमुदायाला सामोरं जाण्यापूर्वी मला जरा विसावायचं होतं. गोष्टी थोड्या मंद गतीनं घडल्या असत्या तर बरं झालं असतं. माझ्या चेहऱ्यावरचे काळजीचे भाव पाहून अब्बा पुढे उद्गारले, "काळजी करू नकोस. आपण ताबडतोब परत जात नाही आहोत. प्रथम आपण बांद्र्यामध्ये जेवायला जाणार आहोत."

आम्ही बाहेर एखाद्या रेस्टेरॉमध्ये क्वचितच जेवायला गेलो असू. पण यावेळी त्यांनी या नियमाला अपवाद केला होता. कारण हा प्रसंगच इतका विशेष होता. तरीसुद्धा आमच्या मागे गाड्या येतच होत्या. पण कसेबसे त्यांना हुलकावणी देण्यात आम्ही यशस्वी झालो. आम्ही त्या छानशा मुस्लिम रेस्टेरॉकडे गेलो. प्रत्येकजण उत्तेजित झाला होता. परंतु मला मात्र थकल्यासारखं वाटत होतं आणि अमेरिकेची आठवण येत होती. मी मटण बिर्याणीची ऑर्डर दिली. बऱ्याच काळानंतर

नेहमीचं जेवण मिळतंय याचा आनंद होता. त्या बिर्याणीच्या वासाने तर माझी भूक अधिकच खवळली. मी मोठमोठे बकाणे भरत होते आणि माझा भाऊ मला पाहून खिदळत होता.

"अमेरिका में खाने को कुछ नहीं मिला?" त्याने विचारले. पण मी त्याचा विनोद ऐकण्याच्या मन:स्थितीत नव्हते. मी त्याच्याशी हुज्जत घालायला सुरुवात केली. वस्तीमध्ये किती गर्दी लोटली असेल, सगळे पत्रकार; जे मला एकटी सोडणार नव्हते, त्यांच्या विचारानंच मला वैतागल्यासारखं झालं होतं. माझे अब्बा आणि छोटा भाऊ माझ्या अमेरिका सहलीविषयी ऐकायला कमालीचे अधीर झाले होते; पण माझी मन:स्थिती पाहून त्यांनी मला काहीच विचारलं नाही.

त्यानंतर आम्ही मशिदीत गेलो. तो शुक्रवार नव्हता पण अल्लाने आम्हाला जे भरभरून दिलं होतं त्याबद्दल माझ्या अब्बांना आम्ही एकत्र प्रार्थना करावी आणि त्याचे आभार मानावेत असं वाटत होतं. मशीद रिकामी होती. स्त्रियांच्या विभागात गुडघे टेकून बसताना त्या शांत, पवित्र वातावरणात मला खूप बरं वाटलं. अल्लानं मला त्याचं आवडतं मूल केल्याबद्दल मी त्याची इतकी कृतज्ञ होते. पण ही शांतता क्षणभंगुर होती. आम्ही मशिदीच्या बाहेर येऊन वस्तीकडे जाऊ लागतोय न लागतोय तोच पत्रकारांच्या एका घोळक्यानं आम्हाला पुन्हा गाठलं आणि थेट वस्तीपर्यंत ते आमच्या मागेमागे येत राहिले. वस्तीच्या तोंडाशी जेव्हा आम्ही आलो तेव्हा तर मला धक्काच बसला. इतकं जंगी स्वागत होईल याची कल्पनाच नव्हती मला. जणू काही बांद्रा पूर्व येथील झाडून सारे रहिवासी रेल्वेलाईनजवळ जमले होते, माझा जयजयकार करायला. ते सगळे आमच्या गाडीकडे धावले आणि गाडीला गराडा घातला त्यांनी. गाडीतून उतरणं देखील अशक्य होऊन बसलं होतं. लहान मुलं नाचत होती, ओरडत होती.

"रुबिना, रुऽबिऽऽऽऽना! जय हो, जय हो!!" माझे शेजारी आणि मैत्रिणी तिथं होत्या. प्रत्येकजण माझा जयघोष करत होता आणि मी कुणी देवी-देवता असल्याप्रमाणे माझ्याकडे बघत होता. त्या लोकांना माझ्या यशाने इतका अपरिमित आनंद झाला होता याचाच मला आनंद झाला. वस्तीत जायच्या पायऱ्या उतरून खाली जात असताना मला जाणवत होते कित्येक हातांचे स्पर्श. एकच गोंधळ माजला होता. कारण सगळेजण माझ्याजवळ यायला धडपडत होते. पण याहून वाईट होते ते पत्रकार कारण त्यांचे अजस्त्र कॅमेरे घेऊन ते माझ्यावर जणू तुटून पडत होते. त्यातल्या प्रत्येकाला मारून टाकावंसं वाटत होतं मला. कारण ते मला चहूबाजूंनी भरडून काढत होते, रेटारेटीमध्ये माझ्यावर पडत होते आणि मला धड श्वासदेखील घेता येत नव्हता. कसाबसा माझ्या अब्बांनी धक्के देत लोकांना बाजूला व्हायला सांगत मार्ग काढला. घरी जायला नेहमीच्या पाच मिनिटांऐवजी आम्हाला अर्धा तास

लागला. पत्रकारांनासुद्धा परस्परांवर कुरघोडी करणं कठीण जात होतं. ते धावत होते, एकमेकांना ढकलत होते... फक्त एका फोटोसाठी आणि माझी छोटीशी मुलाखत घेण्यासाठी.

मी माझ्या सभोवती पाहिलं. वस्तीमध्ये एखाद्या सुट्टीचं वातावरण होतं. सर्व दिशातून 'स्लमडॉग'चं संगीत कानावर पडत होतं. लोक बेभान होऊन नाचत होते. असं वाटत होतं जणू काही मोठी पार्टी चालू आहे. पण इतक्या मोठ्या प्रवासाने, विमानं बदलून मला थकवा आला होता आणि सगळ्यांना चुकवून मला घरी जायचं होतं. आता मला समजलं अमेरिकेच्या तुलनेत भारतात किती गर्दी असते माणसांची ते.

माझ्या चाचूंच्या घरी मी पोहोचले आणि त्यांच्या पलंगावर बसले. हे सगळं काय घडतंय याचं आकलन व्हावं म्हणून! बाहेरच्या बाजूला लोकांचा गलका ऐकू आला. ते आत घुसण्यासाठी धक्काबुक्की करत होते, आदळत होते रेटारेटीमध्ये एकमेकांवर चढत होते... केवळ मला बघण्यासाठी. ज्या प्रकारे ते माझ्या चाचांच्या छोट्या खोपटात शिरण्यासाठी जीवाचा आटापिटा करत होते. ते पाहून वाटलं कोणत्याही क्षणी ते कोसळलं असतं. दार तर जवळपास निखळलंच आणि माझ्या चाचीला त्यांना नीट वागण्याबद्दल सांगावं लागलं.

मी ऑस्कर्स आणि अमेरिका वारीबद्दल बोलायचा प्रयत्न केला परंतु तिथे इतके पत्रकार एकाच वेळी बोलत होते की मी सैरभैर झाले. थोड्या वेळानंतर मला त्यांचा इतका राग यायला लागला की, मला रडू आल्यावाचून राहिलं नाही. मला वाटतं पुन्हा पुन्हा त्याच गोष्टी सांगायचा मला कंटाळा आला होता. कसली एवढी घाई होती यांना समजत नव्हतं. पण असं दिसत होतं की जणू ते तेव्हाच, त्या क्षणी माझ्याशी काही बोलले नसते तर जगबुडी झाली असती.

"अमेरिका कशी वाटली?"

"अमेरिका कशी वाटली?"

माझ्या अंकलच्या घराबाहेरचा बोळ फारच अरुंद आहे. जेमतेम तीन फूट रुंद. त्याच्या बाजूने एक सांडपाण्याचा नाला जातो. आम्हाला या गल्ल्याबोळांच्या वळणावळणाच्या जाळ्यातनं वाट काढायची सवय झालीये. पण रेटारेटी करत, मला पहिल्यांदा गाठायचा प्रयत्न करणारे सारे पत्रकार या गटारांविषयी, नाल्याविषयी सारं काही विसरले. एकाएकी मला एका स्त्रीची किंकाळी ऐकू आली आणि क्षणभर लोकांचं लक्ष विचलीत झालं. नंतर समजलं की, एक पत्रकार त्या ओलसर जमिनीवर घसरून पडली होती आणि तिचा एक पाय त्या गटारात पडला होता. हे गटार काळ्या पाण्यानं, घाणीनं आणि सर्व प्रकारच्या द्रव कचऱ्याने भरले होते आणि त्याच्या पृष्ठभागावर जे काही तरंगत होतं त्यावरून कुणालाही त्याच्यात

कसल्या प्रकारचे जंतू होते, याचा तर्क करता आला असता. तिथे पाय ठेवताना प्रत्येकाला फार काळजीपूर्वक बघावं लागायचं. त्या बातमीदार स्त्रीनं तिचा पाय त्या घाणीतून बाहेर काढला तेव्हा तिचा चेहरा बघण्यालायक झाला होता. ती भेदरली होती. ती ओरडत सुटली, "मला आत्ता या क्षणी माझा पाय धुवायचाय. तुमच्याकडे साबण, पाणी आहे का? प्लीज, लवकर मदत करा मला."

त्या स्त्रीला नुसती किळसच आली होती असे नव्हे; तर ती खरंच घाबरली होती आणि एकंदरीत तिच्याकडे नजर टाकली तर असं दिसत होतं की, कोणत्याही क्षणी ती चक्कर येऊन खाली पडेल. माझ्या चाचूंनी दिलेल्या थोड्याशा पाण्यात तिनं जमेल तितकं स्वच्छ व्हायचा प्रयत्न केला. माझी या एकाच गोष्टीनं करमणूक झाली. मला वाटलं मला अडचणीत टाकणाऱ्या या लोकांना अशीच शिक्षा झाली पाहिजे. खरंतर, मला त्यातल्या अजून काही बातमीदारांनी त्या खड्ड्यात पडावंसं वाटत होतं.

माझ्या अब्बांना माझी चिंता लागून राहिली होती आणि त्यांनी मला समजावून सांगण्याचा प्रयत्न केला की, हे सगळे पत्रकार इथे आलेत कारण मी आता महत्त्वाची व्यक्ती झालीय. परंतु मला अजूनही त्या लोकांनी जरा दमानं, धीरानं घ्यावंसं वाटत होतं.

"रुबिना, तू इतकी अस्वस्थ का झालीयेस?"

"काय माहीत! मला कळत नाहीये या लोकांना माझ्याकडून काय हवंय?"

"त्यांना तुझ्याविषयी उत्सुकता वाटतीय आणि ते साहजिकच आहे."

"पण मला नाही कळत त्यांना काय सांगायचं, त्यांच्याशी काय बोलायचं ते. मला नाही जमणार ते!"

"शांत हो!"

माझ्या चाचूंच्या घराबाहेरची गल्ली आणि तिच्या शेजारच्या दोन्ही गल्ल्या पत्रकारांनी भरून गेल्या होत्या. अब्बा शेवटी त्यांच्याशी बोलायला बाहेर गेले.

"रुबिना तुमच्या सगळ्या प्रश्नांची उत्तरे देईल, पण एकावेळी एकालाच भेटता येईल तिला."

माझ्या अंकलच्या पलंगावर पडून मी माझ्या तोंडाला कोरड पडेपर्यंत मुलाखती दिल्या आणि त्याच त्याच प्रश्नांची उत्तरं देताना मला जाम कंटाळा आला.

"रुबिना, तू काय खाल्लंस, कुणाला भेटलीस?"

मला फक्त झोपायचं होतं. मी दमले होते पण काय करू शकत होते मी? ही माणसं जायला तयारच नव्हती. त्यांचं माझ्याशी बोलणं झालं या गोष्टीचा त्यांना पुरावा हवा होता. मला इतका उबग आला होता. पण त्यांना त्यांचं कामही करायचं होतं. दोन मुलाखतींमधल्या वेळात मला फोटोंसाठी 'पोझ' द्यायला बाहेर जावं

लागत होतं. बाहेर अजूनही अफाट गर्दी होती आणि पत्रकारांची रांग कमी होताना दिसत नव्हती. काहीजण रस्त्यावर थांबले होते... गर्दी कमी होण्याची वाट पाहात म्हणजे त्यांना माझी मुलाखत घेता आली असती. जे पत्रकार ढकलाढकली करून आत येऊ शकले नाहीत माझ्याशी बोलायला; ते वस्तीचे फोटो घेण्यात मश्गुल होते. त्यामध्ये राहणाऱ्या माणसांव्यतिरिक्त बाहेरच्या सगळ्यांना झोपडपट्टीने भुरळ घातली होती. एका पत्रकाराचा कॅमेरा गटारात पडत होता, दुसऱ्याची वही, तर तिसऱ्याचा माईक!

त्या थोड्या दिवसांच्या वास्तव्यात मी जो ऐशआराम उपभोगला होता त्यानंतर मी त्यांना झोपडपट्टीविषयी वाटणारी घृणा समजू शकत होते. मीदेखील माझ्या घराकडे नव्या नजरेनं बघत होते. माझ्या वस्तीतल्या अरुंद, घाणेरड्या बोळांकडे परत फिरताना भयभीत झाले होते.

सुमारे अकरा वाजता माझ्या अब्बांनी त्यांना पॅकअप करायला सांगितलं पण तरीदेखील त्यांचं "प्लीज, प्लीज," चाललंच होतं. मी निद्रादेवीच्या राज्यात शिरले होते आणि त्यांच्या "प्लीज" ची मुळीच फिकीर नव्हती मला.

"मी प्रत्येकाची माफी मागतो पण रुबिना दिवसभराच्या दगदगीने थकलीय. तिला थोडी झोपेची गरज आहे. माझी मुलगी उद्या आणखीन काही मुलाखती देईल."

काहीजण निघून जाताना कुरकुरत होते तर काही अधिक समजूतदार होते. माझे वडील मला घरी घेऊन आले. आमचं घर इथून दोन रस्ते पलीकडे होतं आणि मी फरशीवर अंथरलेल्या चटईवर पडले. माझ्याभोवती माझी भावंडं. आपल्या परिवारातल्या व्यक्तींबरोबर चार शब्द देखील बोलायची ताकद नव्हती माझ्यात. दुसऱ्या दिवशी सकाळी सात वाजता मुन्नीनं चहा केला. माझे भाऊ सार्वजनिक नळावरून पाणी आणायला गेले. दररोज जात तसे. मला इशारा देणारे तेच होते –

"रुबिना, वो रिपोर्टर लोग आये है।"

"कौन?"

"कॅमेरावाला, बहुत सारे है। "

या लोकांनी चंगच बांधला होता मला जास्तीत जास्त पिडण्याचा. माझी लवकर सुटका होईल आणि मला खेळायला वेळ मिळेल अशी अजिबात शक्यता दिसत नव्हती. हाही दिवस आदल्या दिवसासारखाच होता. मुलाखतींनी गच्च भरलेला. आणि पुढचाही तंतोतंत तसाच. माझे अब्बा आणि माझे कुटुंबीय यांचा भाव वधारला होता. माध्यमं – न्यूज चॅनेल, पेपर इ. मधील पत्रकार जर माझ्याशी बोलू शकले नाहीत तर ते माझ्या कुटुंबीयांकडे प्रश्न विचारायला वळायचे.

रस्त्यांच्या पलीकडे अझरला पण पत्रकारांनी पछाडलं होतं. आमच्या वस्तीतल्या जीवनाविषयी आणि आमच्या रोजच्या दिनचर्येविषयी त्यांना सर्व काही जाणून घ्यायचं होतं. बांद्रा पूर्व येथील रहिवासी त्यांच्यात दाखवलेल्या स्वारस्यामुळे अगदी फुशारून गेले होते.

तीन दिवस पत्रकारांनी आमच्या वस्तीतल्या घराचं, गल्लीबोळांचं चित्रीकरण केलं. आमच्या बऱ्याच शेजाऱ्यांच्या मुलाखती घेतल्या. अखेरीस जेव्हा ते गेले तेव्हा माझ्या मैत्रिणी येऊन मला भेटू शकल्या. माझे चाचा मोहिउद्दीन यांनी त्यांना आमच्या अमेरिका दौऱ्याविषयी बारीक-सारीक तपशील सांगितले. साना, अब्बास आणि माझे सर्व मित्रमैत्रिणी, ज्यांना मला प्रश्न विचारायची संधी मिळाली नव्हती. त्यांनी माझ्याबरोबर खूप वेळ घालवला. त्यांना अमेरिकेविषयीचे सगळे छोटे-छोटे तपशील जाणून घ्यायचे होते... लाल गालिचावर आम्हाला भेटलेली 'स्टार' मंडळी पुरस्काराविषयी, डिस्नेलँडविषयी. इथल्या प्रत्येकाला 'स्लमडॉग' चा फार अभिमान वाटत होता. मला अखेर ऑस्करची महती पटली होती.

आख्या झोपडपट्टीमध्ये कुणीच यापूर्वी 'ऑस्कर' पुरस्काराविषयी ऐकलं देखील नव्हतं. पण अब्बांनी मला सांगितलं त्या ऑस्कर समारंभाच्या रात्री सारे टी.व्ही.ला चिकटून बसले होते. भारत–पाकिस्तान संघामध्ये होणाऱ्या क्रिकेट सामन्याच्या वेळी बसतात तसे! पहाटे चार वाजता भारतात त्या समारंभाचं थेट प्रक्षेपण केलं गेलं. ज्यांच्याजवळ दूरदर्शन संच होता त्यांनी शेजाऱ्यांना आमंत्रण दिलं होतं येऊन सोहळा बघायचं. कारण कुणालाच तो कार्यक्रम चुकवायचा नव्हता. अझरच्या अब्बांनी तर भाड्यानं एक जुना सेट आणला होता. तो त्यांनी त्यांच्या झोपडीच्या समोर असलेल्या सार्वजनिक मैदानात ठेवला प्रत्येकाला तो कार्यक्रम बघता यावा म्हणून. पुन्हा तिथल्या रहिवाशांच्या प्रतिक्रिया ऐकण्यासाठी पत्रकार तिथे येऊन पोहचलेच. माझ्या अम्मी-अब्बांनी तो कार्यक्रम इतर कुटुंबीयांसमवेत चाचा-चाचीच्या घरात पाहिला... ज्या कुणा शेजाऱ्यांना आत शिरता आलं तेही तेथे होते.

इंग्लिश मुळीच समजलं नाही, तरी प्रत्येकजण उत्तेजित झाला होता... त्यांना फक्त त्यातले 'स्लमडॉग मिलेनिअर' आणि अन्य थोडे शब्द कळले. मुन्नीच्या मनावर या पुरस्काराचा इतका ताण आला होता की, तिला रात्रीचं जेवणही गेलं नाही. त्यांनी सरतेशेवटी घोषणा केली, "सर्वोत्कृष्ट चित्रपटाचा पुरस्कार 'स्लमडॉग'ला मिळाला आहे" तेव्हा सारे हर्षभरित होऊन ओरडले आणि एकमेकांना मिठ्या मारू लागले. चित्रपटाच्या युनिटच्या इतर मंडळींबरोबर मला स्टेजवर पाहून माझा परिवार फार खूश झाला. त्यांना वाटलं मी खूप सुंदर दिसत होते. त्या वेळच्या त्यांच्या प्रतिक्रिया सिनेमातल्या, जमालच्या विजयाच्या क्षणाशी अगदी मिळत्याजुळत्या होत्या. प्रेम, 'कौन बनेगा करोडपती' या टी.व्ही. गेमचा सादरकर्ता घोषित करतो

की, जमाल मलिकनं नुकतेच दोन कोटी रुपये मिळवले आहेत. तो क्षण! वस्तीत राहणाऱ्या माझ्यासारख्या एका मुलीला अमेरिकेसारख्या देशात आंतरराष्ट्रीय पुरस्कार मिळवताना बघून, वस्तीमध्ये हर्षोन्मादाचं वातावरण निर्माण झालं. ही बातमी वाऱ्यासारखी वेगाने पसरली त्यामुळे काही मिनिटांतच टी.व्ही.वर हा कार्यक्रम न पाहिलेली माणसं सुद्धा माझ्या अब्बांचं अभिनंदन करायला आली. लोक 'जय हो' च्या तालावर नाचत होते, हा प्रसंग साजरा करण्यासाठी मिठाया वाटत होते. माझे अब्बा दुसऱ्याच दिवशी मशिदीत गेले... अल्लानं माझ्यावर जो शुभाशीर्वादांचा वर्षाव केला होता त्याबद्दल विशेष प्रार्थना करण्यासाठी.

एका रात्रीत माझ्याकडे साऱ्या जगाचं लक्ष वेधलं गेलं. प्रत्येकजण आता मला माझ्या पहिल्या नावाने ओळखू लागला होता. आणि मी कुठे राहते तेही ठाऊक झालं होतं. रस्त्यात माणसं मला हाका मारायची, अनोळखी व्यक्ती मला शुभेच्छा द्यायच्या. आमच्या वस्तीची जणू मी राजकन्या झाले होते.

मी परत आल्यानंतर काही दिवसांनी खुर्शीद, माझी जन्मदात्री उगवली. अब्बांना फारच नवल वाटलं.

"तू इथे काय करतीयेस?"

"मी रुबिनाला भेटायला आले आहे. तिला कित्येक वर्षांत मी पाहिलं नाहीय."

"आत्ता तुला तुझ्या मुलीची काळजी वाटायला लागली होय? ते ही इतक्या वर्षांनी? तुला तिला मुळीच भेटायला मिळणार नाही. चालती हो."

माझी अम्मी पुन्हा दुसऱ्या दिवशी आली. परंतु मी तिला भेटायला नकार दिला. ती बाई माझ्यासाठी परकीच होती. आत्ता तिला माझ्याबद्दल प्रेम वाटू लागलं याचं कारण केवळ मी आता प्रसिद्धीच्या शिखरावर विराजमान झालीय हे होते. या प्रसिद्धीच्या झोतातला तिचा हिस्सा तिला हवा होता.

लोक त्या ऑस्करपायी पागल झाले होते. शाळेत माझं आणि अझरचं जोरदार स्वागत झालं. आमच्यापासून इतरांनी प्रेरणा घ्यावी, आमचा कित्ता गिरवावा असं काहीसं आमचं चित्र रेखाटलं गेलं. शिक्षकांनी आम्हाला वर्गासमोर उभं केलं आणि आमच्या अमेरिकावारीविषयी बोलायला लावलं. इतर सर्व विद्यार्थ्यांनी आम्हाला प्रश्न विचारून भंडावून सोडलं.

आख्खी झोपडपट्टी आमच्याकडे कौतुकाने बघत होती. ऑस्करच्या वेडाने पछाडली होती.

माझे नवे जीवन

ऑस्कर मिळाल्यापासून माझ्या अब्बांचा नवा टेलिफोन वाजायचा थांबतच नाहीय. एक तर विदेशी पत्रकार मुलाखतीसाठी विनंती करत असतात किंवा कितीतरी नव्या सिनेमांमध्ये कामासाठी ऑफर्स येत असतात. आम्ही शाळेत जायला लागतो न लागतो तोच दुसऱ्या एका सिनेमापायी अझर आणि माझे आणखीन काही तास बुडाले. यावेळी चित्रीकरण फक्त दोन दिवस चाललं.

त्यातली माझी भूमिका अगदी छोटी होती. सिनेमाचं नाव होतं 'कल किसने देखा.' हा सिनेमा कशाविषयी आहे याची मला काही कल्पना नव्हती. आम्हाला थोडीच दृश्यं होती. त्यामध्ये अझर आणि मी अमेरिकेहून ऑस्कर मिळवून परत येत आहोत असे दृश्य होते. कुणीतरी मुंबई विमानतळावर बाँब ठेवल्याची धमकी दिलेली असते. नायक तिथल्या माणसांना तिथून बाहेर काढण्याचा प्रयत्न करतोय आणि आम्हाला तो घाईघाईत विमानतळावरून बाहेर नेतो आणि आमचे प्राण वाचवतो. आमची स्वत:चीच भूमिका करताना मजा आली. पण तो टिपीकल बॉलीवूड सिनेमातला प्रसंग होता ज्यामध्ये नायक वाईट, दुष्ट माणसांव्यतिरिक्त सर्वांना वाचवतो. सिनेमात नवीन कलाकार होते, त्यामुळे मी त्यातल्या कुणाला ओळखत नव्हते.

आमचं सिनेमाचं चित्रीकरण जेमतेम संपलं होतं तितक्यात अझरला आणि मला एका फॅशन शोमध्ये भाग घेण्यासाठी नवी दिल्लीला जावं लागलं. तो फॅशन शो अशीमा आणि लीना या डिझायनर्सनी आयोजित केला होता. आता मी मॉडेलिंगच्या जगात प्रवेश करत होते... हे फारच छान होतं कारण मला सुंदर सुंदर ड्रेसेस घालायला खूप आवडतं. याआधी मी कधीच कुठल्या 'फॅशन शो'ला गेले नव्हते. अर्थातच, मी 'फॅशन' या सिनेमात तसे 'शो' पाहिले आहेत तेव्हा त्याविषयी

थोडंफार ज्ञान होतं मला.

अझरची अम्मी आणि माझे अब्बा आमच्या बरोबर आले. आमचं दिल्लीत आगमन झाल्यावर आम्हाला एका पंचतारांकित हॉटेलात नेण्यात आलं. या प्रशस्त खोलीतून बाहेरचा रमणीय देखावा दिसत होता. मला अशा विस्मयकारक श्रीमंत हॉटेलांची सवय होत होती आणि त्यांच्याविषयीचं आश्चर्य ओसरू लागलं होतं.

नवनवीन स्थळांना भेटी देणं फारच मौजेचं होतं. माझ्या वडिलांनी मला सांगितलं की, दिल्लीमध्ये सगळे मोठमोठे राजकीय नेते राहतात. जितकं बघता येईल तितकं मी उत्साहाने बघून घेत होते.

अब्बांना आमच्या समाजातल्या कुणाला तरी भेटायचं होतं म्हणून त्यांनी आम्हाला एकटं सोडलं. ते गेल्याबरोबर मी माझा नाईट ड्रेस घातला आणि अझर आणि त्याच्या अम्मीजवळ झोपायला गेले. दुसऱ्या दिवशी सकाळी माझा ब्रेकफास्ट घेतला, तोही पोहण्याच्यातलावावर जायच्या गडबडीतच.

तशीच पळत पळत मी वरती खोलीकडे गेले.

"अझर!"

"काय?"

"आटप पटकन, इकडे एक स्विमिंग पूल आहे." पण आम्हाला फार वेळ पाण्यात राहता आलं नाही. माझे अब्बा लगेच आमच्यावर ओरडायला लागले. "रुबिना, अझर, पाण्यातून बाहेर या बरं ताबडतोब!"

आम्ही काहीशा नाराजीनंच बाहेर आलो.

"तुम्हाला सोनिया गांधींना भेटायला जायचं आहे. जा, झटकन कपडे बदलून या. सगळे तुमची वाट पाहाताहेत."

माझ्या अब्बांचा आवाज ऐकल्यावर जाणवले की, वाद घालायची ही वेळ नव्हती. माझ्या लक्षात आलं, आजचा दिवस फार घाईगडबडीचा असणार आहे. सोनिया गांधी या फार मोठ्या नेत्या आहेत. आम्हाला त्यांना भेटायचं होतं. या नंतर 'फॅशन शो' मधील आमचे पोशाख अंगात योग्य प्रकारे बसताहेत की नाही याची चाचणी घ्यायची होती. दिवसाअखेरीस संध्याकाळी आमचा फॅशन शो होता.

खाली आमच्यासाठी एक मोटार उभी होती. आम्ही घाईतच निघालो, कारण राजकीय वर्तुळातल्या एका अतिमहत्त्वाच्या व्यक्तीला असं तिष्ठत ठेवणं योग्य नव्हते. रस्त्यात अब्बा मला म्हणाले की, सोनिया गांधी कॉंग्रेस पक्षाच्या अध्यक्षा आहेत. मार्गावर बरीच महत्त्वाची ठिकाणं मागे पडत होती. माझ्या अब्बांनी मला इंडिया गेट दाखवलं. त्याच्या सभोवार एक नितांत सुंदर बगिचा होता... माणसांनी फुललेला, तसाच एक नौकाविभाग देखील होता. मला वाटलं दिल्लीत मुंबईपेक्षा कमी गर्दी दिसतीय.

सोनिया गांधींच्या घरी पोहोचताना आम्ही सुरेख रस्त्यांवरून गेलो... रस्त्यांच्या दुतर्फा मोठे वृक्ष लावलेले. त्यांच्या घरापाशी आलो. एक विशाल घर... सर्वत्र शस्त्रधारी पहारेकरी ठेवलेले. अर्थात जेव्हा तुम्ही सोनिया गांधीसारखी कुणीतरी महत्त्वाची व्यक्ती असता, तेव्हा ती एक सर्वसामान्य गोष्ट असते. आतमध्ये जायची परवानगी देण्यापूर्वी 'अल्ला जाने' किती ठिकाणी आमची सुरक्षा तपासणी झाली. आम्हाला एका प्रशस्त बैठकीच्या खोलीत नेण्यात आलं. तिथे बरेचसे फोटो लावलेले होते.

त्या एका सोफ्यावर पुस्तक वाचत बसल्या होत्या. आम्ही जेव्हा तिथे गेलो, सगळी कुत्री आली आणि आमच्याभोवती कोंडाळं करून उभी राहिली. मला एक पोपटही दिसला. सुरक्षा पथकातल्या एका सज्जन माणसानं आम्हाला कुत्र्यांच्या फार जवळ न जाण्याविषयी बजावलं, कारण ते चावण्याचा संभव होता. कुत्री धिप्पाड आणि दांडगी होती. आमच्या वस्तीतल्या कुत्र्यांच्या तिप्पट आकाराची. अझर आणि मी पुरते भेदरून गेलो. एकतर या मोठ्या प्राण्यांमुळे आणि दुसरं म्हणजे त्या सुंदर पोशाख केलेल्या स्त्रीमुळे... त्या आमच्याच दिशेने येत होत्या. ओठांवर रुंद, मोकळं हसू.

"रुबिना, अझर, माझ्या घरात तुमचं स्वागत असो! तुम्हाला भेटून आनंद झाला मला."

"कशा आहात तुम्ही मॅम?"

"थँक यू... इतक्या दूर आलात त्याबद्दल. तुम्ही या चित्रपटात जे काम केलंत त्याबद्दल तुमचं अभिनंदन करायचं होतं."

एक हस्तांदोलन, थोडी स्मितहास्याची देवघेव आणि एक फोटो. बस्स! आमची भेट फारच थोडा वेळ झाली. सारं काही ठीक होईल आणि आम्हाला नवं घर मिळवून द्यायला ते मदत करतील असं सांगून त्यांनी आम्हाला धीर द्यायचा प्रयत्न केला. नंतर आम्ही तिथून निघालो. इतक्या महत्त्वाच्या राजकीय वर्तुळातल्या व्यक्तीला भेटल्याचा मला अभिमान वाटला. याशिवाय मी माझ्या मैत्रिणींना सांगू शकत होते की, मी त्यांना नुसती भेटले नव्हते तर त्यांच्या घरी देखील जाऊन आले होते.

आमची भेट आटोपल्यानंतर आम्ही अशीमा आणि लीनाच्या घरी गेलो... कपड्यांची 'ट्रायल' घेण्यासाठी. ते घर आलिशान होतं. प्रश्नच नाही. मी पाहिलेल्या घरांपैकी सर्वात सुंदर. त्यात बगिचा होता, बगिच्यामध्ये त्यांचा स्वतःचा स्विमिंग पूल आणि हत्तींचे दोन अजस्त्र पुतळे. सगळं घर शोभेच्या छान छान वस्तूंनी, गालिचे आणि फर्निचरनी भरून गेलं होतं. भिंतींना आकर्षक रंग दिले होते आणि प्रत्येक गोष्ट कशी परिपूर्ण वाटत होती. अगदी तिथल्या प्लेटस आणि ग्लासेस

सुद्धा त्या रंगाशी सुसंगत होते.

अशीमा एक आकर्षक स्त्री होती. आम्ही आल्याबरोबर तिनं आम्हाला टेबलाशी बोलावलं आणि खायला सांगितलं. तिनं चिकन बिर्याणी बनवली होती. सोनिया गांधींच्या घरी आम्हाला काही खायला वेळच मिळाला नव्हता. मला फार भूक लागली होती. कुणीतरी जेवायला देतंय याचा मला आनंद झाला.

जेवण झाल्यावर अशीमा आणि लीना संध्याकाळी आम्ही जे ड्रेसेस घालणार होतो ते दाखवायला आम्हाला बैठकीच्या खोलीत घेऊन गेल्या. ते कपडे भारतीय आणि पाश्चात्य अशा दोन्ही शैलींचा मिलाफ करून शिवलेले होते. फार स्टायलिश आणि रंगीबेरंगी. अझरसाठी त्यांनी एका काळ्या शेरवानीची योजना केली होती. तिच्यावर लाल रंगात भरतकाम केलेलं आणि मॅचिंग सलवार. पण माझ्या पोशाखाच्या मी प्रेमात पडले; एक रंगीत चमचमता जिप्सी स्कर्ट – लांबलचक आणि घोळदार कपड्याच्या सात-आठ चुण्यांनी बनलेला. त्यांच्यामध्ये इतके रंग होते म्हणून सांगू – लाल, हिरवा, निळा, केशरी आणि इतरही कितीतरी. वरती घालायला एक छोटा स्लीवलेस रंगीत खडे जडवलेला ब्लाऊज. असा पोशाख मी पूर्वी कधीच पाहिला नव्हता.

त्या म्हणाल्या, त्यांनी फक्त माझ्याकरता तो एकमेव नमुना बनवला होता. ते ऐकून मला खुदकन हसायला आलं. तो अगदी वेगळाच होता आणि मला तो इतका चपखल बसला!

"हो पुढे, आता चालायचा प्रयत्न कर. आज सायंकाळी तुला फार मोठा कॅटवॉक करावा लागेल."

'कॅटवॉक' म्हणजे काय असेल बरं असा विचार माझ्या मनात आला. त्यांनी आम्हाला समजावून सांगितले. तो अगदी साधासोप्पा होता.

"कॅटवॉक करताना त्या लांबच लांब स्टेजवर तुम्हाला नेहमीसारखंच चालायचं असतं आणि त्या स्टेजच्या टोकाला येऊ लागलात की, काही क्षण 'पोझ' घेऊन उभं राहायचं, वळायचं त्यामुळे प्रत्येकाला तो पोशाख प्रत्येक कोनातून व्यवस्थित दिसेल आणि नंतर विरुद्ध दिशेनं परत फिरायचं."

मी सराव करण्याचा प्रयत्न केला. थोडी पावलं टाकली. हात कमरेवर, आकर्षक दिसायचा आणि हसतमुख राहायचा प्रयत्न करत! अशीमाच्या सूचनांचे पालन करत मी पोझं घेतली आणि शेवटी गिरकी घेतली त्याचबरोबर माझा ड्रेसही फुलला. ती म्हणाली, "एकदम बरोब्बर रुबिना!" याउलट अझर फारसा स्वस्थचित्त वाटत नव्हता. मी त्याला चालताना पाहिलं तेव्हा त्याने शरीर आखडून घेतलं होतं आणि तो स्वत:भोवती फिरायचंच विसरून गेला. मला हसू आवरलं नाही. माझं विचाराल तर मी गिरक्या घेत राहिले, माझ्याभोवती माझा स्कर्ट फुलावा या उद्देशाने.

"मला खूप आवडला हा स्कर्ट. तो इतका सुंदर आहे!"

"रुबिना, तुला तो आवडल्याचा मला आनंद वाटला. तो तुला अगदी शोभून दिसतोय."

" मी तो ठेवू शकते का माझ्याकडे?"

"अर्थातच! तो तुझाच आहे." माझ्या अनेक मैत्रिणींकडे इतका सुरेख स्कर्ट नसेल याची मला खात्री होती. अर्थात असे ड्रेस माझ्या वस्तीत शोभून दिसणार नाहीत पण मी माझ्या घरात, माझ्या मैत्रिणींसमोर नक्कीच डौलात वावरले असते आणि पुन्हा कोणास ठाऊक? नुकत्याच इतक्या कल्पनारम्य संध्याकाळी; त्यासुद्धा इतक्या भपकेदार स्थळी मी व्यतीत केल्या होत्या की, कदाचित मला हा ड्रेस घालायची आणखीन एक संधी मिळेलही!

आश्चर्य म्हणजे कपडे बरोबर अंगात बसताहेत की नाही याची ट्रायल झाल्यावर पत्रकारांबरोबर एक मुलाखतीची फेरी झडली. अझर त्यांच्याशी बोलायला तिथे बागेतल्या हत्तीवर बसला पण मी? मला तो स्कर्ट खराब व्हायची भीती वाटत होती. आम्ही थोडा आराम करावा म्हणून पुन्हा आमच्या हॉटेलवर आम्हाला सोडण्यात आलं. काही तासानंतर ज्या ठिकाणी हा 'फॅशन शो' होणार होता त्या आलिशान हॉटेलवर आम्ही गेलो. हा सोहळा भव्य प्रमाणात साजरा झाला. कार्यक्रमात उंची, तलम वस्त्रांची रेलचेल होती आणि कार्यक्रमाची जागा रूबाबदार, सुंदर स्त्री-पुरुषांनी फुलून गेली होती.

आम्ही त्या ठिकाणी पोहोचलो तेव्हा त्यांनी लगेच आम्हाला स्टेजच्या मागे मेकअप रूममध्ये तयार व्हायला नेलं. त्या भागात लगबग दिसत होती. एक मेकअप आर्टिस्ट आमची वाटच पाहात होती. तिनं माझ्या चेहऱ्याला पावडर लावली, गालांवर लाल ब्लश लावला आणि ओठांना गुलाबी चमकदार लिपस्टीक लावली. माझ्या केसात भांगामध्ये बिंदी अडकवली... बिंदीला पोवळ्याच्या लाल तांबड्या रंगाचा मोठ्ठा खडा जडवला होता. तो कपाळावर लटकत होता आणि त्याने माझ्या संपूर्ण पेहरावाला फार छान उठाव येत होता. नंतर मी स्कर्ट, कुडता घातला आणि सर्वात शेवटी शेवटचं आभूषण – मोठमोठे (टपोरे) रंगीबेरंगी खडे जडवलेला एक जड पट्टा. मी तयार झाले. आरशातलं प्रतिबिंब पाहून मला स्वत:चीच तारीफ केल्याविना राहवेना.

मी स्टेजच्या दुसऱ्या बाजूला पळाले. फॅशन मॉडेल्स तयार कशा होतात ते जवळून पाहायचं होतं मला. तिथे काही फार सुंदर स्त्रिया होत्या – खूप उंच, उंच टाचांचे सँडल्स घातलेल्या आणि श्रीमंत पेहरावात. काही जणींनी खूप लांब रेशमी/ मखमलीच्या साड्या नेसल्या होत्या –लाल, निळ्या, हिरव्या रंगाच्या; तर इतरांनी टिकल्या, मोती, खड्यांचे जडावकाम/भरतकाम केलेले कुडते घातले होते. त्या

माझ्याकडे बघून हसत होत्या आणि बऱ्याच जणींनी माझ्या ड्रेसबद्दल माझं कौतुकही केलं. शो सुरू झाला तसं वातावरण चैतन्यमय बनलं आणि एकच धांदल उडाली. अझर आणि मी थोडे अस्वस्थ होतो. शेवटी आम्हालाही कॅटवॉक करायला ढकललं गेलं. आम्ही चालत असताना 'जय हो' चे आरंभीचे सूर पार्श्वभूमीला निनादत होते. त्या सुरांनी आम्हाला प्रेरणा दिली आणि नंतर आम्हाला कुणी अडवू शकले नाही. मला ती भावना इतकी सुखकर वाटत होती!

आम्ही थोडीच पावलं चाललो असू तेवढ्यात प्रेक्षकांनी टाळ्या वाजवायला आणि आरडाओरडा करायला सुरुवात केली. त्या रँपच्या कडेला आल्यावर मी दोन-तीनदा गिरक्या घेतल्या आणि कॅमेऱ्याला थोड्या पोझेस दिल्या. पत्रकारांनी ''पुन्हा एकदा, रुबिना''ची मागणी केली.

अझर एखाद्या झाडासारखा उभा राहिला... त्यांच्याकडे बघत हात कमरेवर ठेवून जसा काही तो अमिताभ बच्चन होता. कमालीचं स्फूर्तीदायी वातावरण होतं ते. प्रत्येकजण मोठ्याने ओरडत आमच्या नावाचा जयघोष करत होता. आम्ही 'जय हो' च्या गाण्यावर थोडंसं नृत्यं करून प्रेक्षकांना सुखद आश्चर्याचा धक्का दिला. ते आम्हाला दाद देण्यासाठी उठून उभे राहिले. त्या हॉलमध्ये काहीजण असेही होते जे उच्चरवाने 'जय हो' गाणं गात होते. हालचालींना वेग आला होता आणि आम्ही स्वत:ला थांबवू शकलो नाही. आमचा आमच्यावर ताबा राहिला नाही. आम्ही डौलात उभे राहत होतो, नाचत होतो आणि आम्हाला दिलेल्या वेळेपेक्षा कितीतरी अधिक वेळ स्टेजवर होतो. अखेर अशीमा आणि लीना आमचा शोध घेत तिथे आल्या आणि त्या वेड्या हर्षोन्मादात, जल्लोशात आमच्याबरोबर सामीलही झाल्या.

'शो' संपल्यावर पत्रकार आम्हाला आमच्या प्रतिक्रिया विचारण्यासाठी आले. त्यांना आमच्या पेहरावाविषयी आणि एकंदरीत आम्हाला या 'शो' बद्दल काय वाटलं होतं ते जाणून घ्यायचं होतं. त्यानंतर बरेच जण आम्हाला शुभेच्छा द्यायला किंवा आमच्या सह्या घ्यायला आले. माझ्या अब्बांनी या कार्यक्रमाचा पुरेपूर आनंद घेतला आणि मी किती ग्रेट होते ते मला सांगत राहिले. आम्हाला 'शो' नंतर झालेल्या डिनरमध्ये थोडंसच खायला वेळ मिळाला. तो कार्यक्रम 'लाजबाब' झाला. आमचे डिझाइनर्स खूप खूश होते.

त्यांनी पुन्हा आमचे आभार मानले. पुन्हा भेटण्याचं वचन देत आम्ही त्यांचा निरोप घेतला. आम्हाला पुन्हा हॉटेलकडे नेण्यात आलं. तिथे आम्ही आमच्या बॅगा भरल्या आणि विमानतळाकडे जायला निघालो. आम्ही मुंबईला परत जाणारी रात्रीची फ्लाईट पकडली होती. तो दिवस संस्मरणीय होता. मला खात्री होती माझ्या कुटुंबानं घरी हा 'शो' नक्कीच पाहिला असणार परंतु मी त्यांना माझा ड्रेस

दाखवायला उतावीळ झाले होते.

यानंतर मी घरात जास्त दिवस थांबले नाही, कारण मी पुन्हा उदयपूरला निघाले होते. राजस्थानमधलं एक शहर – उदयपूर. तिथे निकोल किडमनबरोबर एक जाहिरात करायची होती. ती कसल्या तरी पेयाची जाहिरात होती. नवनवीन स्थळं बघण्याच्या आणि त्याविषयी नवीन काही शिकायच्या कल्पनेनं मी उत्तेजित झाले होते. निकोल किडमनविषयी सांगायचं तर ही अतिशय उंच, सौम्य दिसणारी, गोरीपान स्त्री माझ्या चांगली स्मरणात होती. ती मला लॉस एंजलिसमध्ये लाल गालिच्यावर भेटली होती.

नताशा दीदी, 'स्लमडॉग'ची मेकअप आर्टिस्ट, तिनं अब्बांना ही ऑफर देण्यासाठी फोन केला होता. मी आनंदानं उड्या मारीत होते. मी एका हॉलीवूड तारकेबरोबर एका जाहिरातीत झळकणार होते, इतकंच नाही तर अर्जुन रामपालही त्यात असणार होता. तो एक मोठा कलावंत आहे आणि मला तो विशेषकरून 'ओम शांती ओम' या सिनेमात आवडला. त्यामध्ये शाहरूख खान देखील आहे. या सिनेमात अर्जुन रामपाल एका दुष्ट माणसाची भूमिका करतो.

यावेळी मला चिडवायला आणि छळायला अझर शूटिंगसाठी येणार नव्हता! ते चांगलंच होतं. या पाच दिवसांच्या सहलीसाठी माझे चाचा मोहिउद्दीन पुन्हा माझ्यासोबत आले. शूटिंगच्या ठिकाणी दुसरा परिचित चेहरा पाहून माझी भीड चेपली. मला धीर आला. ती नताशा दीदी होती.

आत्तापर्यंत बघितलेल्या विविध एअरपोर्टच्या मानाने उदयपूरचा एअरपोर्ट फारच चिमुकला होता. तेथील पारंपरिक वेषभूषेत सजून आलेल्या एका माणसानं आम्ही विमानातून बाहेर आल्यावर आमचं स्वागत केलं. आणि आम्हाला फिल्मचं चित्रीकरण जिथे होणार होतं त्या लोकेशनवर, 'ताज लेक पॅलेस' हॉटेलला नेण्यात आलं. हा पूर्वी खऱ्याखुऱ्या महाराजांचा राजवाडा होता. त्याचं आता एका राजेशाही थाटाच्या हॉटेलात रूपांतर करण्यात आलंय. तो तलावाच्या बरोबर मध्यभागी वसला आहे.

आम्हाला तिथे नेण्यासाठी एक नौका आली. छान होती ती नौका...वरती सावलीसाठी कापडाचं आच्छादन घातलेलं होतं. मुन्नीच्या, माझ्या सावत्र आईच्या खेड्यात जाण्याकरता या आधी मी कोलकत्याहून एका होडीत बसून गेले होते पण यावेळी ही खाजगी नौका होती.

जेव्हा मी आजूबाजूला नजर फिरवली, तेव्हा माझ्या लक्षात आलं हे स्थळ नुसत्या राजवाड्यांनी, महालांनी वेढलं आहे. ते खरंच विस्तीर्ण आणि अतिशय सुंदर आहेत. मनात आलं, माणसं या इतक्या अतिविशाल राजवाड्यात नेहमी हरवून जात असतील आणि वाटलं, या अशा जागी लपाछपी खेळताना काय

धमाल येईल! ती जागा एखाद्या परीकथेतल्या भूमीसारखी होती. मी स्वत:लाच सांगितलं, मला राहण्यासाठी जगातील सर्वात सुंदर ठिकाण निवडायला सांगितलं तर मी इथेच स्थायिक होईन. हॉटेलमध्ये मला एका खोलीत नेण्यात आले जिथे मला या फिल्मचे सगळे सहकारी भेटले, मी नताशाला लगेच ओळखलं. तिला पुन्हा बघून इतका आनंद झाला मला की मी तिला मिठीच मारली.

निकोल किडमन एका सोफ्यावर बसली होती. तिचे सोनेरी लांबसडक केस तिच्या पाठीवर रुळत होते. ती किंचित हरवल्यासारखी वाटत होती. मी जेव्हा आत आले तेव्हा ती उठून उभी राहिली आणि माझ्याकडे आली. तिच्या लांब, पांढऱ्या पायघोळ ड्रेसमध्ये ती विश्वास बसू नये इतकी देखणी दिसत होती.

"हॅलो, तुला भेटून मला खूपच आनंद झाला. कशी आहेस तू?"

"मजेत. थँक यू."

असीमा विद्यालयातल्या काही महिन्यांच्या अभ्यासानंतर मला आता इंग्रजीतली दैनंदिन व्यवहारातली वाक्यं कशी म्हणायची ते थोडेफार समजायला लागलं होतं. परंतु गोऱ्या लोकांचे इंग्रजी समजणं मला कायम फार जड जातं, कारण माझ्या शिक्षकांपेक्षा ती माणसं फारच वेगळं इंग्रजी बोलतात. निकोल किडमनला इतकं जवळून भेटल्यावर माझ्या ध्यानात आलं ती एका सुंदर बाहुलीसारखी दिसते. मी तिच्याएवढी उंच स्त्री अजून पाहिली नाहीये. मला वाटलं वस्तीतल्या सगळ्या बायका तिच्यापुढे इतक्या छोट्या, खुज्या वाटतील! तिची त्वचा, ओठ, हात सगळंच कसं परिपूर्ण होतं. क्षणभर वाटलं, मी तिला स्पर्श केला तर कदाचित तिला घाण लागेल.

अर्जुन रामपालही तिथेच होता. मी त्याच्या बरोबर हस्तांदोलन केलं तेव्हा माझ्या 'स्लमडॉग' मधल्या अभिनयाची तारीफ करत राहिला. इतकी की मी लाजले! शेवटी जाहिरातीचे दिग्दर्शक स्वत:चा परिचय करून द्यायला तिथे आले.

"हॅलो, मी शेखर."

"हॅलो, मी रुबिना."

"हो, मला माहितीय. मी तुझ्याविषयी बरंच काही ऐकलं आहे, तुला ठाऊक आहे?"

मी या शेखर कपूर विषयी कधी ऐकलं नव्हतं पण नताशा दीदीनं मला सांगितलं की, ते जगातील सर्वोत्तम दिग्दर्शकांपैकी एक आहेत. शेखरनं मोजक्या शब्दात मला ही जाहिरात कसली आहे ते समजावून सांगितलं.

"ही जाहिरात एका नवीन, आल्याच्या स्वादाच्या पेयाच्या विक्रीला चालना देण्यासाठी करणार आहोत. फिल्म फक्त दोन मिनिटांची आहे आणि तुझी भूमिका महत्त्वाची आहे. नताशा तुझा मेकअप करणार आहे आणि नंतर मी तुला सांगेन

तुला काय करायचंय ते.''

मला आश्चर्य वाटलं आल्याच्या स्वादाचं शीतपेय कोण बरं पीत असेल; पण नंतर आठवलं अमेरिकेत त्यांच्याकडे विचित्र खाद्यपदार्थ आणि पेयं असतात. तेव्हा हे काही माझ्यासाठी नवल नव्हतं. मेकअप झाल्यावर एक स्त्री माझ्या मदतीला आली. लांब, काळा स्कर्ट आणि त्याच्यावर मोत्यांचं भरतकाम केलेला छोटा, लाल ब्लाऊज अंगात घालायला तिनं मला मदत केली. तो टिपिकल राजस्थानी पोशाख होता असं त्यांनी मला सांगितलं. केशभूषाकारानं माझ्या वेण्या कानशिलामागे येतील अशा घातल्या आणि माझ्या केसात एक वजनदार चांदीची बिंदी अडकवली. कमरेभोवती मी एक चांदीचा कमरपट्टाही घातला आणि गळ्यात ठसठशीत नेकलेस. माझं संपूर्ण रूपच पालटून गेलं होतं. मी खरंच सुंदर दिसत होते. मला वाटलं माझा पोशाख आणि माझं रूप निकोल किडमनपेक्षाही आकर्षक होतं. कारण तिनं फारच कमी मेकअप केला होता आणि फक्त पांढरा ड्रेस घातला होता.

त्या पेहरावासाठी मी वेडी झाले हे ऐकून वेषभूषाकारानं माझ्या निदर्शनास आणून दिलं, ''तुला ठाऊक आहे, शूटिंग संपल्यावर तुझी इच्छा असल्यास तू हा पोशाख घरी नेऊ शकतेस.''

''अय्या हो? थँक यू.''

माझ्याजवळ परीकथेतला आणखी एक वेष असणार या कल्पनेनं मी उत्तेजित झाले होते... माझ्या कपडेपटातला हा दुसरा अद्वितीय पेहराव.

माझ्या चाचांनी हॉटेलात परत जाण्यासाठी नौका केली. तिथल्या विलासी थाटानं आणि त्या स्थळाच्या सौंदर्यानं ते चकीत झाले होते. शेखर अंकलनं माझ्या भूमिकेविषयी मला सविस्तर माहिती दिली. त्यांनी मला नर्तकांच्या मधून चालायला सांगितलं. केवळ निकोल किडमनकडे बघत राहायचं आणि तिची प्रशंसा करायची. नंतर मी तिचा हात धरायचा होता आणि हॉटेलच्या पॅसेजमधून पळायचं होतं... पण फार वेगानं नव्हे. पुढे आम्हाला पायऱ्या उतरायच्या होत्या. अजूनही हात धरलेले. आम्ही एका फलाटावर उभ्या होतो आणि आमच्या पुढ्यात पाणी, तसंच पाण्यात नौका. त्यानंतर निकोल माझा हात सोडून देते आणि मी तिला स्पर्श करते. तिच्या अलंकाराबद्दल आणि सौंदर्याबद्दल आश्चर्य व्यक्त करते. मला असं दाखवायचं होतं जशी काही तिच्या लावण्यानं मी पुरती भारावली होते आणि तिच्या गालावरचा हलकासा स्पर्श 'ती खरंच अस्तित्वात होती' याची खात्री करून घेण्यासाठी. नंतर मी तिच्याकडे बघून हसले. ती नौकेतून निघून जात असताना. त्यानंतर मी पुन्हा फिल्ममध्ये दिसते ती जेव्हा ते आल्याच्या स्वादाचं पेय पीत असते तेव्हा!

त्या दिवशी इतकंच झालं. दुसऱ्या दिवशी सकाळी कॅमेऱ्याची चाचणी होणार होती. मला असं कळलं की, निकोल किडमन सुरक्षेच्या कारणास्तव फिल्मचं

चित्रीकरण फक्त संध्याकाळी सहा ते सकाळी सहा या वेळात करणार होती. शूटिंगच्या या विचित्र वेळेमागची सुरक्षेची कारणं मला काही समजली नाहीत. पण नताशा दीदीनं मला सांगितलं की, ती एक अतिप्रसिद्ध सिनेतारका होती आणि तिला भीती वाटत होती 'पापाराझी' (पत्रकार फोटोग्राफर) तिचा पाठलाग करतील याची. तिला जनतेनं ही ओळखायला नको होतं. तिचा एकान्त तिला जपायचा होता. संध्याकाळी तिथे फारशी माणसं नसायची तसंच हवेतला उकाडाही थोडा कमी व्हायचा. त्यामुळे ती शांतपणे काम करू शकायची.

मला ही कारणं जराशी मजेशीर वाटली. पहिल्यांदा 'पापाराझी' म्हणजे मला अमेरिकेतल्या पिझ्झाचा एक प्रकार वाटला... पण नंतर नताशा दीदीनं मला सांगितलं की, त्या शब्दाचा अर्थ आहे 'नामवंतांचे त्यांच्या नकळत फोटो घेणारे फोटोग्राफर्स.'

मला ती अमेरिकन अभिनेत्री तऱ्हेवाईक वाटली पण काही वेळा फारच आकर्षक. सेटसवर सर्व काही तिच्या इच्छेनुसार आणि लहरीनुसार होत होतं.

आज केवळ तपशीलवार माहिती देणे आणि चित्रीकरणाच्या स्थळाची पाहणी करणे इतकंच झालं. मी माझ्या हॉटेलवर परत गेले तेव्हा बराच उशीर झाला होता. निकोल किडमनसारखी, मी त्या तलावातल्या तारांकित हॉटेलमध्ये उतरले नव्हते पण शहरातल्या एका फार चांगल्या हॉटेलात राहत होते. आम्ही त्या दिवशी रात्री तिथे उशिरा पोहोचलो. त्याचं बाह्यरूप एखाद्या राजवाड्यासारखं होतं आणि खोल्या अतिशय सुंदर. त्यांच्यात खूप मेणबत्त्या. आमच्यासाठी दोन खोल्या आरक्षित केल्या होत्या. एक माझ्या चाचांसाठी तर दुसरी माझ्यासाठी. त्या प्रत्येक खोलीत टी.व्ही. होता, एक शीतपेयांनी भरलेला फ्रीज होता, चॉकलेट्स होती आणि अजस्त्र पलंग. माझे अंकल झोपायला गेले आणि मी माझ्या खोलीत एकटीच राहिले. त्या क्षणी मला जाणवली ती अझरची अनुपस्थिती. आज त्याची अम्मी आणि तो इथे असते तर मी त्यांच्याकडे जाऊन त्यांच्याजवळ झोपले असते. खोलीत एकटीने झोपायची मला फार भीती वाटू लागली. पण दुसरा पर्यायच नव्हता; म्हणून मी ठरवलं खोलीतला दिवा चालू ठेवायचा. उद्याचा विचार करत मी बिछान्यात शिरले आणि अस्वस्थ मनाने झोपेची आराधना करू लागले.

दुसऱ्या दिवशी सकाळी मी पलंगावरून टुणकन खाली उडी मारली... अद्यापि जिवंत असल्याने मनाला टवटवी आली होती. माझ्या चाचांबरोबर ब्रेकफास्ट घ्यायला मी खाली गेले.

"रुबिना, माहितीय तुला आपल्याला आज मुळीच घाई नाहीये. कॅमेऱ्याची चाचणी उशिरापर्यंत सुरू होणार नाहीय आणि ती मंडळी काही तुला दुपार होईपर्यंत शोधत येणार नाहीत. तेव्हा मजा कर."

सकाळच्या वेळी हॉटेल अधिकच सुंदर वाटत होतं. मला त्या जागेची टेहेळणी करायची होती. मी पुन्हा वरती माझ्या खोलीतसुद्धा गेले नाही. सरळ टेरेसकडे धावले तिथे एक पोहण्याचातलाव होता. तिथून किती रमणीय दृश्य दिसत होतं. स्नान करण्यासाठी अगदी योग्य अशी कोवळी उन्हं पडली होती. मला वेळ वाया घालवायचा नव्हता.

मात्र, अमेरिकेत होता तसा इथे जाकुझी किंवा छोटा स्विमींग पूल (पोहण्याचा तलाव) नव्हता. मी काही पट्टीची पोहणारी नव्हते आणि ते पाणी खूप खोल वाटत होतं मला, त्यामुळे माझा पोहण्याचा बेत बारगळला. मी बिस्किटं खाण्यासाठी आणि टी.व्ही. पाहण्यासाठी माझ्या खोलीकडे आले. शेवटी दुपारी केव्हातरी 'लेक पॅलेस'ला गेले तिथे लवकरच खूप कंटाळा आला, कारण चित्रीकरण संध्याकाळीच सुरू होणार होतं. मी हॉटेलच्या अवतीभवती भटकत राहिले. मजल्या मजल्यावर आणि त्या मनमोहक उद्यानांमधून. तिथेच मी काही काचेच्या बहुरंगी खिडक्या पाहिल्या ज्या खरोखर अप्रतिम होत्या. मला त्यांच्यातून आरपार बघताना मजा आली, कारण त्यांच्यातून वस्तू वेगवेगळ्या रंगांच्या दिसत होत्या.

मी खाल्लं पण पुन्हा एकदा तेच. जेवण काही फारसं चांगलं नव्हतं. जरी तिथलं जेवण मला रुचलं नाही तरी पण मी वेगवेगळ्या रंगांच्या शीतपेयांनी पोट भरून घेतलं. ते जेवण अगदी अमेरिकन जेवणाशी साम्य दर्शवणारं होतं. मला वाटतं माझी दादी आणि चाची जगातला सर्वात उत्तम स्वयंपाक बनवतात. त्यांच्या हातच्या जेवणाची मला तीव्रतेने आठवण झाली. जेव्हा मला काहीतरी खमंग चटपटीत, स्वादिष्ट खावंसं वाटत होतं तेव्हा उरलेल्या चित्रीकरणाच्या सत्रांमध्ये मला कोकाकोला आणि आइसक्रीम यांच्यावर भागवावं लागलं.

तितक्यात सुदैवाने नताशा मला तयार करण्यासाठी शोधत आली. निकोल किडमनचं अखेरीस आगमन झालं. ती दुपारी एकदाही आली नाही. फक्त शूटिंगसाठी खाली उतरली आणि शूटिंग झाल्या झाल्या पुन्हा तिच्या खोलीत गुप्त झाली. नताशानं मला बजावून सांगितलं होतं, "तिला बरं वाटत नाहीये. कदाचित हा उष्मा तिच्या प्रकृतीला मानवणारा नसेल. ती तिच्या खोलीतच राहू इच्छिते." मला तिच्याशी थोड्या गप्पा मारायला, खेळायला आवडलं असतं.

त्या संध्याकाळी आम्ही आमच्या दृश्यांच्या क्रमवार तालमी केल्या. त्यांनी मला माझ्या चेहऱ्यावरील हावभावांविषयी विचार कर असं सांगितलं. सुरुवातीच्या प्रसंगांमध्ये तर मी थोडासा नाचही केला. पण तिथे बरेचसे व्यावसायिक राजस्थानी नर्तक पारंपरिक वेषभूषेत सजून आलेले होते. ते माझ्यापेक्षा आणि निकोलपेक्षा कितीतरी पटीने व्यावसायिक होते. त्यांना नृत्य करताना पाहणं माझ्यासाठी फार आनंददायी होतं. ज्या पद्धतीनं ते फिरत होते, गिरक्या घेत होते ते पाहणं फार सुखद अनुभव

होता. चित्रपटातील नृत्याची दृश्यं मला नेहमीच आवडत आली आहेत. नेहमीप्रमाणे याही नृत्याचा मी आस्वाद घेतला. मी त्या नर्तकांचे जवळून निरीक्षण करत होते याचं कारण घरी माझ्या चुलत भावंडांना शिकवण्यासाठी मला काही पदन्यास शिकायचे होते.

आदल्या रात्रीसारखीच, मी हॉटेलवर खूप उशिरा पोचले. दुसऱ्या दिवशी संध्याकाळ होईपर्यंत मी माझ्या हॉटेलात रेंगाळत राहिले. करण्यासारखं फारसं काही नव्हतंच. यावेळी आम्ही आमच्या संपूर्ण वेषभूषेत शूटींग केलं. निकोल किडमन पहिल्या दिवशी मी जो पांढरा शुभ्र पेहराव तिच्या अंगावर पाहिला होता, त्याच पेहरावात होती. एका जादुई श्वेत तलम वस्त्राने तिचे खांदे झाकले होते. तिनं लखलखते सुंदर रत्नांचे दागिने घातले होते. नताशा दीदीने मला सांगितलं की, ते अस्सल हिरे होते. प्रत्येक दोन शॉटसूच्यामध्ये ती चित्रतारका दीर्घकाळ विश्रांती घेत होती. तिचे सगळे सहकारी तिच्या तालावर नाचत होते, तिच्याभोवती पिंगा घालत होते. इतके मदतनीस होते ना तिचे! शिवाय डझनभर अंगरक्षक आणि तिला युनिटमध्ये मिसळायला फारसं आवडत नव्हतं. जेव्हा उपस्थित असायची तेव्हा ती फार कमी बोलायची. मला फार लवकर कंटाळल्यासारखं झालं. पुढचे दिवस असेच रटाळ गेले. तिथल्या उन्हाळ्याला घाबरून निकोल किडमन दिवसभर तिच्या वातानुकूलित खोलीत असायची. तर मी नुसती हॉटेलात चकरा मारत असायची. चित्रीकरण संपेपर्यंत मला हॉटेलचा कानाकोपरा परिचयाचा झाला होता. हॉटेलच्या काही नोकरांबरोबर माझी दोस्तीही झाली होती.

शेखर अंकल आणि मी मित्र बनलो आणि माझ्या कामानं ते प्रसन्न झाले होते. मला न आवडलेली एकच गोष्ट म्हणजे त्या 'अमेरिकन स्टार'ने घातलेल्या वेळेच्या बंधनामुळे करावी लागणारी दीर्घ प्रतीक्षा. ते पाच दिवस माझ्याकरिता इतके प्रदीर्घ होते आणि कधी एकदा चित्रीकरण संपतंय आणि कधी मी माझ्या मैत्रिणींकडे जातीय असं मला झालं होतं.

माझी विक्री!

एक दिवस ध्यानीमनी नसताना माझ्या अब्बांनी मला सांगितलं की, कोणीतरी फार लांबून फक्त मला भेटायला आलं होतं. लोक माझ्यासंबंधी जे कुतूहल दाखवीत होते त्यामुळे मी खूश होते. मी माझ्या अब्बांना विचारलं, कोण होतं ते.

"रुबिना, एका अरेबियन शेखच्या बीबीला तुला भेटायचंय."

"शेख म्हणजे काय अब्बा?"

"एक प्रकारचा राजपुत्रच म्हणेनास. फार धनाढ्य असतो तो. ती मंडळी दुबईत राहतात. त्याच्या बायकोला तुला भेटायचंय!"

"दुबई? कुठं आहे ते?"

"मुंबईपासून खूप दूर आहे पण अमेरिकेएवढंही नाही."

माझ्या अब्बांनी मला सांगितलं की, माझा 'स्लमडॉग' मधला अभिनय पाहून ती माझ्या अगदी प्रेमात पडली होती. चित्रपट बघताना ती रडली देखील होती. तिनं मी अमेरिकेच्या दौऱ्यावर जाण्यापूर्वी फोन करून मला आणि माझ्या कुटुंबाला दुबईला येण्याचं आणि त्यांच्याकडे काही दिवस राहण्याचं आमंत्रण दिलं होतं. पण अब्बांनी हे आमंत्रण नाकारलं होतं, कारण आमच्याकडे पासपोर्टही नव्हता अणि दुसरं म्हणजे ती आम्हाला पूर्ण अनोळखी होती. आम्ही असेच कुणालाही भेटू शकत नव्हतो. पण मी दुसऱ्या देशात जायच्या कल्पनेनं हुरळून गेले होते आणि इतक्या दुरून, दुसऱ्या देशातून केवळ मला भेटायला असा कोणी चाहता येऊ शकतो या गोष्टीमुळे उल्लासित झाले होते. आत्तापर्यंत सगळ्या मोठमोठ्या राजकीय पुढाऱ्यांनी माझं काम नावाजलं होतं आणि अवघ्या जगातले पत्रकार मला भेटायला आले होते. परंतु इतक्या दुरून केवळ माझं सिनेमातलं काम आवडलं म्हणून कोणी कधी आलं नव्हतं आणि मला वाटलं हा चाहताही साधासुधा,

सामान्य नाही तर दुबईत वास्तव्य असणारी ही एक अरबांची राणी आहे. विश्वास बसायला थोडं जडच गेलं मला. पण तशी तर मीही सामान्य स्टार नव्हते. फारच प्रसिद्ध होते. माझ्या गोंधळलेल्या चेहऱ्याकडे पाहून अब्बा हसले.

"मग तुला तिला भेटायचंय?"

"अर्थातच. ती आपल्या घरी येणार आहे?"

"त्याहून चांगलं. तिनं आपल्याला तिच्या हॉटेलात बोलावलं आहे. एका पंचतारांकित हॉटेलात."

माझ्या अमेरिकावारीपासून मी मुंबईतल्या, दिल्लीतल्या बऱ्याच राजेशाही हॉटेलमध्ये आणि इतरत्रही गेले आहे. मला ती सगळी हॉटेलं आवडली आणि तिथे गेल्यावर काय पाहायला मिळेल याचा आता अंदाज आलाय. या हॉटेलातले कोपरे न कोपरे मोठ्या अद्भुत चिजांनी भरलेले असतात. तिथे नित्य काही ना काही मौजमस्तीची साधनं असतातच. मी ताबडतोब माझ्या चुलत भावंडांच्या घरी ही बातमी द्यायला धावले. पंचतारांकित हॉटेलांच्या आणि तिथल्या पाहुण्यांना मिळणाऱ्या सुखसोयींच्या खूप कहाण्या त्यांनी ऐकल्या होत्या. यावेळी मोहसीनला ते सारं प्रत्यक्ष डोळ्यांनी बघायचं होतं. या शेखच्या बीबीला भेटण्यासाठी आमच्याबरोबर जायला तो इतका आतुर झाला होता.

"ए रुबिना, तुला काय वाटतं मी येऊ शकतो का तुझ्याबरोबर?"

"मला नाही माहीत, मी काय सांगू? तुझ्या अब्बांना विचार."

माझे अब्बा आणि चाचा, दोघांनी त्याला आमच्याबरोबर यायची तत्परतेने संमती दिली. तो हरखून गेला. बराच वेळ त्याला कोणते कपडे घालावेत हे सुचेना. आरशासमोर कितीतरी वेळ उभा होता तो. केसांचा वेगवेगळ्या प्रकारे भांग पाडत होता. आम्ही तिथे संध्याकाळच्या सुमारास गेलो. आम्ही निवडक मंडळी होतो... ज्यात माझे चाचा, चुलत भाऊ, अब्बा आणि लांबचे नातेवाईक राजन चाचा यांचा समावेश होता. तिथे जाण्यासाठी आम्ही दोन रिक्षा केल्या.

माझ्या अब्बांनी जाता जाता मला सांगितलं की, ही शेखची बायको मला भेटायला एवढी अधीर झाली होती की तिने अखेर स्वत:च इथे यायचा निर्णय घेतला. लीला हॉटेलपर्यंत पोहोचायला आम्हाला तासभर लागला. ते हॉटेल खरंच आलिशान आहे. मी जुहूला गेले होते त्या हॉटेलपेक्षा कांकणभर सरस, अधिक श्रीमंती थाटाचं!

मी छानसा नारिंगी आणि पांढऱ्या रंगाचा पोशाख घातला होता. हॉटेलच्या स्वागतकक्षात एक काळी दाढीवाला माणूस आमच्या स्वागतासाठी पुढे झाला. त्याने स्वत:ची शेखचा खाजगी सचिव अशी करून दिली. शेखसाहेब दुर्दैवाने येऊ शकले नव्हते. फार मित्रत्वाचं वागणं होतं त्याचं. त्याने आम्हाला 'काहीतरी घ्या'

असं सुचवलं. माझ्या अब्बांना पंचतारांकित हॉटेलमधलं जेवण आवडत नाही म्हणून आम्ही फक्त चहा मागवला.

आमचा चहा घेऊन झाल्यावर आम्ही त्याच्या पाठोपाठ शेखच्या बायकोच्या खोलीकडे गेलो. तिथे आमचं एका आपादमस्तक बुरखाधारी स्त्रीनं स्वागत केलं. मी माझ्या चाहत्या स्त्रीला भेटायला उत्सुक झाले होते. शिवाय ती आमच्या धर्माची आणि पंथाची होती.

''रुबिना वेलकम. तुला भेटून मला इतका आनंद होतोय म्हणून सांगू!''

''हॅलो''

ही स्त्री भली वाटत होती. तिनं आम्हाला सोफ्यावर बसायला सांगितलं. सगळेजण बसले. मी मात्र या प्रशस्त, सजावटीत कुठलीही कसर न ठेवलेल्या ऐश्वर्यसंपन्न खोलीची चटकन पाहणी करून आले.

राजन अंकल यावेळी आमच्यासाठी दुभाष्याचं काम करत होते. कारण त्यांना इंग्लिश बोलता येतं.

''मुलांनो, तुम्हाला काही खायला-प्यायला आवडेल का? तुम्हाला हवं ते तुम्ही मागवू शकता.''

''आम्ही आइसक्रीम मागवू शकतो का?''

''आणि स्ट्रॉबेरी मिल्कशेक?''

''तुम्हाला इच्छा होईल ते मागवा. मी आत्ताच ऑर्डर देते.''

शेखच्या बीबीनं माझ्याकडे असं पाहिलं की मी जणू जगातलं सातवं आश्चर्य होते. माझ्या 'स्लमडॉग' मधल्या अभिनयाची वारेमाप स्तुती तिनं केली.

''अगं रुबिना, तुला माहितीय सिनेमा पाहताना मी किती रडले ते? तू अगदी विलक्षण काम केलंयस!''

मला लाज वाटली. ती स्त्री मला इतके प्रश्न विचारीत होती. तिला त्या सिनेमाच्या चित्रिकरणाबद्दल सारं काही जाणून घ्यायचं होतं. अब्बांना माझा सदैव अभिमान वाटत आलाय. त्यांनी तिला डॅनी अंकलनी त्यांच्या सिनेमासाठी बालकलावंतांचा शोध घेण्यासाठी घेतलेल्या ऑडिशन्स विषयी सांगितलं. पाचशेहून अधिक मुलांमधून मी कशी निवडली गेले तेही सांगितलं. आम्ही खोली कशी आहे, काय आहे याची चाचपणी करण्यात मग्न असताना ती कौतुकाने मान डोलवीत होती.

शेवटी आमचे मिल्कशेक आणि आइसक्रीम आलं. मोहसीन आणि मी आनंदित झालो. विशेषत: मोहसीन या सगळ्याचा आनंद घेत होता, कारण तो पूर्वी कधीच अशा ठिकाणी आला नव्हता. आम्ही आमची पेयं संपवली. आम्हाला फार तृप्त वाटलं. मोठ्या माणसांचं राजन अंकलच्या मदतीनं आपापसात बोलणं चालूच होतं. आम्ही पुन्हा खोलीत काय काय आहे ते बघत होतो.

"ए, भिंतीवरचा तो प्लाझ्मा स्क्रीन पाहिलास का?"

"आणि पलंग? कधी इतका अवाढव्य पलंग तू बघितला आहेत का?"

माझ्या अमेरिकेतल्या हॉटेलमधला पलंग इतकाच किंबहुना याहीपेक्षा थोडा जास्तच ऐसपैस होता, असं मला वाटलं. आम्ही तिकडे गेलो आणि मऊमऊ गादीच्या कडेला बसलो आणि नंतर ती किती मऊ आहे हे तपासून पाहण्यासाठी तिच्यावर उड्या मारायचा प्रयत्न केला. आश्चर्याने थक्क झालेल्या त्या अरबी महाराणीनं मला हाक मारली आणि गिफ्ट म्हणून चॉकलेट्सचे तीन भलेमोठे बॉक्सेस दिले. मोहसीनही ते काय आहे पाहायला तिकडे आला. मी त्यातला एक बॉक्स सरळ उघडला आणि सर्वांना चॉकलेटं वाटली. ती वाटताना मी स्वत: चॉकलेट खायला विसरले नाही. मला चॉकलेट्स मनापासून आवडतात.

त्या स्त्रीनं मला एक पदक असलेली सोनेरी रंगाची गळ्यातली साखळी दिली. मला तिच्या पुढ्यात बसवून माझ्या गळ्यात ती घातली. मला समजलं नाही ते सोनं होतं का आणखीन काही पण काही असो, ती साखळी फार सुंदर होती. काही मिनिटं मी आरशात स्वत:कडे बघत माझ्या नव्या दागिन्याची तारीफ करत होते. पण तेवढ्यात अब्बांनी हस्तक्षेप केला.

"रुबिना, काढ ती साखळी ताबडतोब."

"पण का?"

"रुबिना, प्लीज! आपण अशी गिफ्ट स्वीकारू शकत नाही."

निदान माझ्याजवळ माझे चॉकलेटचे बॉक्सेस तरी होते, हे काय कमी होते? अब्बांनी आणि चाचांनी निघायचा निर्णय घेतला. कारण बराच उशीर झाला होता. मी त्या महाराणीला सहज विचारलं, जाण्याच्या आधी, 'आम्ही पुन्हा उद्या येऊ का?'

"हे काय विचारणं झालं रुबिना? अर्थातच तुला आवडलं असेल तर परत ये आणि तुझ्या कुटुंबीयांना जेवायला घेऊन ये."

"थँक यू. तर मग उद्या भेटू या."

वस्तीच्या बाहेर पडायचे प्रसंग फार तुरळक असतात. दुसऱ्या दिवशी सकाळी जरा उशिरा आम्ही पुन्हा लीला हॉटेलात आलो. यावेळी राजनची मुलगी रेश्मा सुद्धा आमच्याबरोबर होती. माझी अम्मी होती. तिनं आपल्या ठेवणीतली सलवार कमीझ घातली होती आणि एक शेजारीणही होती. मोहसीनची वर्णनं ऐकल्यानंतर इतक्या विस्मयकारक स्थळाला भेट देण्याची संधी कुणालाच चुकवायची नव्हती. मी अमेरिकेहून आणलेली जीन्स घातली होती. आदल्या दिवसाप्रमाणेच शेखचा सचिव आमची स्वागतकक्षात प्रतीक्षा करत होता. तो आम्हाला महाराणीच्या कक्षाकडे घेऊन गेला. ती माझी वाटच पाहात होती. ती मला जवळच्या दरवाजातून

बेडरूममध्ये घेऊन गेली. आम्ही पुरुषांना आपापसात गप्पा मारायला सोडून दिलं. एकदाच्या आम्ही एकट्या राहिलो. मी रिमोट कंट्रोल उचलला, महाराणींना डोळ्यानीच विचारली परवानगी.

"काही हरकत नाही. मजा कर."

पंधरा मिनिटं मी टी.व्ही. वरचे सगळे चॅनेल्स लावून पाहिले. इतके चॅनेल्स होते तिथे! मी आणि माझी आत्येबहीण रेश्मा दोघींनी त्या जागेची थोडी चाचपणी केली. रेश्मा तर त्या जागेच्या भव्यतेने दिपून गेली होती. मला तिच्या चेहऱ्यावरचे भाव खूप आवडले.

शेवटी शेखच्या सचिवाने आम्हाला हाक मारली. "मुलींनो, तुम्हाला भूक लागलीये का?"

"होऽऽऽऽऽ"

"इकडे या बाजूला रेस्टेरॉ आहे. जेवणाचे असंख्य पदार्थ तिथे मांडून ठेवलेत. ते तुमची वाट पाहातायेत."

मी वेगाने धावले आणि त्या गुळगुळीत फरशीवर घसरत जायचा प्रयत्न केला. रेस्टेरॉच्या मागच्या बाजूस त्यांनी आमच्यासाठी एक मोठं टेबल राखून ठेवलं होतं. हॉलच्या मधोमध मांडलेला जेवणाचा थाट खरोखर अवर्णनीय होता. केवढे पदार्थ होते तिथे! मी भुकेनं खवळले होते आणि मला सगळ्या पदार्थांची चव चाखायची होती त्यामुळे माझ्या प्लेटमध्ये डोंगराएवढं अन्न येऊन बसलं! थोडंच खाल्ल्यावर आमची पोटं भरली परंतु अजून मिठाईचा विभाग धुंडाळायचा बाकी होता. प्रत्येक पदार्थ इतका रुचकर दिसत होता. मी तोंडात पेस्ट्रीज कोंबल्या, एकामागून एक आंब्याच्या सरबताचे ग्लास रिचवत राहिले. मला नाही वाटत मी कधी माझ्या आयुष्यात इतकं खाल्लं असेल!

त्यानंतर आम्ही पुन्हा महाराणींच्या कक्षात गेलो. तिथे माझे अब्बा, महाराणी आणि राजनचाचा संवादात गढले होते. मी माझ्या अब्बांना रागाने बोलताना ऐकलं पण काय चाललं होतं ते मला कळलं नाही.

शेवटी माझ्या वडिलांनी 'आता निघायची वेळ झालीय', असं जाहीर केलं. आम्ही आल्यापासून पहिल्यांदाच मला ते बेचैन दिसत होते. आम्ही हॉटेल सोडत असताना त्यांनी क्वचितच तोंड उघडलं. वस्तीकडे परत जाताना मी त्यांना प्रश्न केला, "अब्बा, काय झालंय?"

"काही नाही. ती माणसं चांगली नाहीत."

"का?"

"खोलीमध्ये सचिवानं मला सांगितलं की, या राणीला मूल होऊ शकत नाही. म्हणून त्यांना तुला दत्तक घ्यायची होती."

“मला दत्तक? ते कशाला?”

“त्याने मला सांगितलं तू दुबईत राहून मोठी झालीस, तर तुला उत्तम शिक्षण मिळेल आणि तुझं आयुष्य आरामात जाईल. त्यासाठी त्याने मला खूप मोठी रक्कमही देऊ केली.”

“पण मला दुबईला जायचं नाहीय.”

“मला माहितीय. मी त्यांना तेच सांगितलं आणि हे देखील सांगून टाकलं की मी माझ्या मुलीला माझ्यापासून वेगळी होऊ देणार नाही.”

एकाएकी माझ्या लक्षात आलं, माझे अब्बा इतके संतापलेले का दिसत होते ते. आम्ही घरी आल्याबरोबर मी आमच्या साहसाविषयी सांगण्याकरिता माझ्या चुलत भावंडांकडे धावले. माझ्यासाठी ही सगळी माझ्या मैत्रिणींना सांगण्यासारखी अजून एक चित्तरकथा होती. परंतु त्यांच्या विकृत उद्देशानं मला मुळीच आनंद झाला नव्हता. शेजाऱ्यांकडून आणि माझ्या अंकलकडून मी अशा खूप गोष्टी ऐकल्या होत्या. श्रीमंत, धनवान माणसं काही मुलांना विकत घेऊ पाहतात. पुढे त्यांना त्यांचे गुलाम तरी बनवतात किंवा मुली असल्या तर वेश्या व्यवसायाला लावतात. या सर्व गोष्टींचा विचार करता करता मला भीती वाटू लागली. मी इतरांच्या बाबतीत अशा वाईट घटना घडलेल्या पाहिल्या होत्या. अगदी कोवळ्या वयात मुलींची म्हाताऱ्यांशी लग्नं झाली होती. मी जेव्हा बाहेर जाते आणि एखाद्या मुलाला भीक मागताना पाहते तेव्हा खरंच माझं काळीज द्रवतं. मला कल्पना आहे, दिवसातलं एक वेळचं जेवण मिळवणं देखील त्यांना कठीण जातं. वस्तीच्या विरुद्ध दिशेला काही माणसं गटारात राहतात. तिथे आतमध्ये सरपटत, रांगत जावं लागतं आणि मिट्ट काळोख असतो आत अन् कमालीची दुर्गंधी सुटलेली असते. भयानक आहे हे सगळं; तिथे हवा नसते, सांडपाणी त्यांच्या अंगावर थेंबथेंब पडत असतं पण दुसरा पर्यायच नसतो.

मी माझं भाग्य समजते मला असे चांगले पालक लाभले. मला माहितीय ते माझ्यासाठी काहीही करतील. त्या रात्री मला एक वाईट स्वप्न पडलं ज्यामध्ये माझा माझ्या परिवाराशी वियोग होत होता आणि मला कुठल्यातरी अज्ञात ठिकाणी नेलं जात होते. मी दचकून उठले आणि ते एक स्वप्नच होतं या जाणीवेनं मला आनंद झाला.

नंतर दुसऱ्या दिवशी सकाळी, रविवारी आमच्या घरी एक पोलीस हजर. त्याचा शेखच्या बायकोशी काही संबंध असेल असे क्षणभरही माझ्या डोक्यात आलं नाही. जे घडत होतं ते आकलनापलीकडचं होतं. बाहेर पत्रकारही रांग लावून उभे होते आणि माझ्या अब्बांचा फोन सतत वाजत होता... न थांबता! माझ्या अम्मीला काळजी वाटू लागली. माझ्या अब्बांना समजलं की, हॉटेलमधल्या त्या लोकांनी

सगळ्यांना आमच्या भेटीबद्दल सांगितलं होतं आणि त्या गोष्टीला वेगळंच वळण दिलं होतं. ते असा दावा करत होते की, माझे अब्बा मला विकायचा प्रयत्न करत आहेत. आता पोलीस अब्बांना त्यांच्याबरोबर चौकीवर घेऊन जायला आले होते.

अब्बांना प्रचंड धक्का बसला होता. ते पोलिसांबरोबर गेले. मी त्यांच्या पाठोपाठ वस्तीच्या तोंडापर्यंत जाऊ शकले. हा तमाशा बघायला सगळी झोपडपट्टी गोळा झालेली. ती रविवारची सकाळ होती आणि लोकांना फारसं काम नव्हतं त्यामुळे या प्रसंगानं त्यांची आयतीच करमणूक झाली. सरळ होतं, माझ्या जन्मदात्रीनं अब्बांविरुद्ध खटला भरला होता. त्यांच्यावर गैरवर्तणुकीचा आळ घेतला होता. आणि मला विकण्याचा इरादा असल्याचा आरोप केला होता.

माझ्या अब्बांनी त्यांचे निवेदन दिल्यानंतर पोलिसांनी त्यांना जाऊ दिलं. अब्बा फार दडपणाखाली वाटत होते. तो नकली शेख आणि त्याच्या भागीदारामुळे आम्हाला सगळ्यांनाच मामा बनवल्यासारखं वाटत होतं. माझा परिवार आणि मी कायम लोकांवर विश्वास ठेवत आलोय पण ह्या लोकांनी आम्हाला अडचणीत आणण्यासाठी हे भलतंच बालंट आणलं होतं. मला खूप राग आला होता आणि सगळ्यांशी भांडावसं वाटत होतं.

"रुबिना ती लीला हॉटेलमधली बाई नकली महाराणी निघाली. त्या लोकांनी नुसतंच नाटक केलं होतं दुबईहून आल्याचं. वास्तविक आपल्याला अडचणीत आणण्याचा खटाटोप करणारे ते पत्रकार होते. संगणकावरील एका विदेशी संकेतस्थळावर त्यांनी एक लेख लिहिला; ज्यात मी तुला विकायला निघाल्याचा आरोप केलाय. कुणीतरी खुर्शीदला याची माहिती पुरवली आणि तिने माझ्या विरोधात तक्रार नोंदवली. आता तुझा ताबा मागतीय ती. याच कारणावरून पोलिसांना माझी चौकशी करायची होती.

त्या ढोंगी राणीनं काय केलं ते मला चांगलंच समजलंय, कारण क्षणभरासाठीसुद्धा या पत्रकारांच्या तडाख्यातून मी निसटलेली नाही. प्रश्नांचा भडिमार चालू आहे. पण माझ्या जन्मदात्रीच्या माकडचेष्टांनी मला अधिक संताप आलाय.

ती खरंच वेडी होती. तिनं वस्तीत मोठाच तमाशा केला. माझ्या अब्बांना आणि पुऱ्या खानदानाला ती शिव्या देत होती. "मला माझ्या मुलीला भेटायचंय! रुबिनाशी मला आत्ताच्या आत्ता बोलायचंय."

मी आमच्या खोलीत लपले.

"रुबिना! मला ठाऊक आहे, तू तिथे आतमध्ये आहेस. बाहेर ये."

"नाही. मला तुझं तोंडही पाहायचं नाहीये."

"रुबिना, इतरांकडून तू माझ्याविषयी जे ऐकलंयस त्यावर विश्वास ठेवू नकोस. तुझे अब्बा तुझ्याशी खोटं बोलतायत."

माझे अब्बा तिथे नव्हते पण मुन्नी, माझी सावत्र आई बाहेर आली. माझी जन्मदात्री अजूनच जोरजोरात किंचाळायला लागली. "ए कुत्रे! मला ठाऊक आहे तू माझ्या मुलीला विकणार होतीस ते. मी तुला अशी सोडणार नाही. मला रुबिनाचा ताबा हवाय."

मुन्नीनं तिच्या आरोपांना उत्तरं दिली तशी खुर्शीदनं तिच्यावर झडप घातली. माझी सावत्र आई त्यावेळी गरोदर होती. तरीदेखील खुर्शीदनं तिला शारीरिक इजा करायचा प्रयत्न केला. त्या अरुंद गल्लीत दोघींची मारामारी सुरू झाली. शेजाऱ्यांच्या आणि टी.व्ही. कॅमेऱ्याच्या समोर! खुर्शीद आणि मुन्नी दोघी एकमेकींना लाथा मारत होत्या. खुर्शीदनं माझ्या सावत्र आईला जोरात खेचलं सुद्धा. शेवटी शेजाऱ्यांनी त्यांना वेगळं केलं. माझी जन्मदात्री आई, माझ्या अम्मीवर, ती माझ्यावर काळी जादू करत असल्याचे आरोप करत होती. मुन्नीचं मूळ गाव पश्चिम बंगालमधलं असून पश्चिम बंगाल काळ्या जादूसाठी फार बदनाम आहे. तिथली माणसं एकमेकांचा मत्सर करतात म्हणून एकमेकांवर काळ्या जादूचे प्रयोग करतात असं मी ऐकलं आहे. तिथे कितीतरी बायका अशा आहेत ज्या फक्त असा जादूटोणा करण्यात विशेष निपुण आहेत. ते फारच भीतीदायक असतं कारण त्यासाठी ती माणसं ज्याच्यावर हा प्रयोग करणार असतात, त्याचा नुसता एखादा वापरलेला कपडा किंवा त्याच्या केसाची बट त्यांना चालते. मुंबईमध्ये देखील ही जादू प्रचलित आहे परंतु बंगालमध्ये अशा अघोरी विद्यांचे उपासक स्मशानात राहतात आणि हे फार गंभीर आहे.

मला इतरांचं माहीत नाही पण इतकं ठाऊक होतं की, माझी मुन्नी अम्मी त्यातली नव्हती. ती माझ्यावर आणि अब्बांवर जीवापाड प्रेम करायची. या साऱ्या प्रकाराने माझे अब्बा फारच व्यथित झाले होते तसेच संतापलेही होते. त्यांना आपली फार मोठी फसगत झाल्यासारखं आणि त्याचवेळी अपमानित झाल्यासारखं वाटत होतं. ते फार श्रीमंत नाहीत. परंतु त्यांची माझ्यावर आणि माझ्या भावंडांवर खूप माया आहे. आमच्या मागण्या पूर्ण करण्यासाठी जीवाचं रान करणाऱ्या अब्बांना मी पाहिलं आहे. पोलीस चौकीवरून ते परतले तेव्हा त्यांना कुणाशीही बोलावसं वाटत नव्हतं. आणि खुर्शीदच्या माझ्या अम्मीबरोबर जुंपलेल्या भांडणानं आगीत तेल ओतलं गेलं. "ही प्रसिद्धीची किंमत आहे जी आपण चुकवतोय" या शब्दात त्यांनी माझं आणि अम्मीचं सांत्वन केलं.

साऱ्या माध्यमांच्या पत्रकारांना, भोचक शेजाऱ्यांना आणि माझी जन्मदात्री आई खुर्शीदला तोंड देणं अब्बांना फार जड जात होतं. तिने तर तिच्या नाटकानं आमची अवस्था अधिकच दारुण करून ठेवली. आमच्या घरात चर्चिला जाणारा एकमेव विषय होता या गोंधळातून बाहेर कसं पडायचं हा. मला नक्की माहीत होतं, अब्बा

यापुढे कुणावरही कधीही विश्वास ठेवणार नाहीत. आत्तासुद्धा कधी कुणी हा विषय काढला की अब्बा संतापतात आणि त्यांचा संशय घेऊ लागतात. मला आता समजून चुकलंय की लोक 'बातमी' बनवण्यासाठी कोणत्याही थराला जाऊ शकतात.

मी आतमध्ये लपून बसले होते. त्या दरम्यान बाहेर जे घडत होतं त्यावरून खूप अस्वस्थ झाले होते. आता सत्य बाहेर आलंय असं दिसतंय. माझे वडील निर्दोष सुटले. ते यात नव्हते हे सिद्ध झालंय. तो बनावट, खोटा रिपोर्ट वाचून अगदी डॅनी अंकलसुद्धा माझ्या काळजीत पडले होते. आमची काळजी घेणारा ट्रस्ट त्यांनी स्थापन केल्याचा उल्लेख करणारे निवेदन त्यांनी पत्रकारांना दिले. माझ्या जन्मदात्रीविषयी सांगायचं तर मला तिचा आता पूर्वीपेक्षा जास्तच तिरस्कार वाटतो. मला विकायला काढली नाहीय. आणि जो कोणी असा दावा करेल तो खोटारडा आहे. केवळ आम्ही गरीब आहोत याचा अर्थ असा नाही की, माझे अब्बा पैशासाठी काही करतील. ते तसे नाहीत. ते इतके आदरणीय आहेत. वस्तीतले सगळेच काही ह्या मनोवृत्तीचे नसतात. दररोज इथे पैशावरून भांडणं होतात. पण माझे अब्बा माझ्यावर प्रेम करतात. ते जगातल्या कुठल्याही मोहापायी माझा कधीच त्याग करणार नाहीत.

मला झुरळांची किळस वाटते!

माझ्यासाठी आयुष्य फारसं बदललेलं नाहीये. फक्त एकच झालंय की, मला माझ्या वस्तीपलीकडे असलेल्या अधिक सुंदर दुनियेची जाणीव झालीय. हॉटेलातल्या सुखसोयी आणि एका 'स्टार' ला दिली जाणारी वागणूक... हे सगळं संपल्यावर मी पुन्हा घाणीत खेळायला जात होते आणि स्वप्नांच्या राज्यात शिरत होते.

निकोल किडमनबरोबर केलेली जाहिरात आणि दिल्लीमधला फॅशन शो यांनी मला प्रत्येकी ऐंशी हजार रुपये मिळवून दिले. माझ्या अब्बांना या व्यवसायाविषयी काहीच माहिती नव्हती त्यामुळे ते नीट वाटाघाटी करू शकले नाहीत.

'स्लमडॉग मिलेनिअर' साठी जी काही रक्कम देण्यात आली त्यानुसार त्यांनी करारावर सही केली होती. शेवटी माझ्या हातात पडले सुमारे चाळीस हजार रुपये. ते सुरुवातीला याहून कमी होते. फक्त चित्रीकरण अपेक्षेपेक्षा दीर्घकाळ लांबल्यामुळे निर्मात्यांनी रोजगार तत्त्वावर अजून काही रक्कम दिली. मला ही रक्कम चार हजार-पाच हजार रुपयांच्या हप्त्यात मिळाली पण अझरने माझ्यापेक्षा जास्त पैसे कमवले. कारण त्याचे वडील परवेशशी भांडले आणि त्यांना जे काही पैसे देण्यात आले होते ते घेण्यास त्यांनी नकार दिला.

अझरच्या आईच्या सेटवरील उपस्थितीमुळे परवेश त्यांना फारसं ठकवू शकला नाही आणि अखेरीस त्यांनी अंदाजे दीड लाख रुपये पदरात पाडून घेतले – माझ्या कमाईपेक्षा चौपटीने जास्त. मला 'स्लमडॉग मिलेनिअर' वर मिळालेला पैसा, बराचसा माझ्या अब्बांच्या मोडलेल्या घोट्यावरील औषधोपचारावर खर्च झाला. मला नक्की माहितीय मला चाळीस हजारांपेक्षा जास्त मोबदला देण्यात आला होता. पण परवेशनं माझ्या अब्बांना झालेल्या अपघाताचा गैरफायदा घेतला. तेव्हा, मी अजूनही एका गैरसोयीच्या छोट्या खुराड्यात राहत होते, साधं जेवण घेत होते

आणि रेल्वेलाईनवर खेळत होते... अपवाद फक्त आमच्या एकमेव चैनीचा. ती चैन म्हणजे एक नवा फ्लॅट स्क्रीनवाला टी.व्ही. आमच्याकडे आमचा जुना टी. व्ही. अजून होता पण त्यावर उमटणाऱ्या चित्रांचा दर्जा इतका स्पष्ट, चांगला नव्हता. माझं घर फारच लहान असल्याने आम्ही तो नवा सपाट पडद्याचा टी.व्ही. माझ्या चाचांकडे, मोहिउद्दीनच्या घरात ठेवला होता. आता मी माझा बराचसा वेळ माझ्या चाचांकडे घालवते. मला वाटतं आमच्या वस्तीत फक्त आमच्याच घरात अशा प्रकारचा टी.व्ही. आहे.

अब्बांनी बांद्र्यातल्या एका बँकेत माझ्या नावानं खातं उघडलं. मी माझ्या भविष्यासाठी पैशाची बचत करावी असं त्यांना वाटत होतं. मला काही बँकेचे आणि पैशाचे व्यवहार फारसे समजत नाहीत. आता फरक इतकाच होता की, अब्बा मला थोडे अधिक पैसे द्यायला कधीच खळखळ करत नव्हते. यापूर्वी मी स्वस्तातले कपडे खरेदी करायचे आणि तेही वर्षातून दोनदा-तीनदाच फक्त खरेदी व्हायचे. पण आता मी वरचेवर शॉपिंग करते आणि आठ-आठशे रुपये किंमतीचे महागडे ड्रेसेसही आणते. आता माझ्या मार्केटमधल्या फेऱ्या दर आठवड्यावर आल्या आहेत. अम्मी आणि अब्बांना घेऊन जाते मी. प्रत्येकवेळी परत येते ती छोटीशी काहीतरी खरेदी करूनच. एखादी नवी फॅशनेबल बॅग, एखादं खेळणं किंवा एखादा स्कर्ट.

यापूर्वी अब्बांनी मला अशी चैन कधीच करू दिली नाही. परंतु आता मला वाटतं पैसे खर्च करण्याच्या बाबतीत मी थोडी स्वतंत्र झालेयं. घरी मी माझे कपडे प्लॅस्टिकच्या थैल्यांमध्ये ठेवते आणि त्या थैल्या अम्मी भिंतीवरच्या खुंट्यांना टांगते. माझ्या नव्या कपड्यांसाठी, जुन्या कपड्यांसाठी आणि डिझाईनर वस्त्रांसाठी सुद्धा थैल्या आहेत. दिवसातनं कितीतरी वेळा मी त्या थैल्या खाली काढते आणि माझे कपडे बदलते.

"इतके सारे कपडे कशाला खाली काढतेस? कोणते कपडे घालायचे याची तुला तर निवडही करता येत नाही."

"मला मुळीच पर्वा नाही त्याची. मला छान दिसायला आवडतं आणि सगळ्या नट्या नेहमी छान छान कपड्यांमध्ये असतात." मला अमेरिकेतला खरेदीचा अनुभव खूप आवडला, मात्र अमेरिकेतल्या कपड्यांवर फारसं भरतकाम केलेलं नसतं किंवा त्यांच्यावर चमचमत्या टिकल्या नसतात. ते खूपसे फिकट रंगाचे, शांत, सौम्य दिसणारे असतात.

एका पत्रकाराने मला सांगितलं होतं की, माझ्या अब्बांच्या टी शर्टवर; जो मी अमेरिकेहून परत येताना आणला होता; लिहिलं आहे 'एक टी शर्ट जगाला वाचवू शकतो.' मला ठाऊक आहे, कपडे काही जगाला वाचवू शकत नाहीत पण त्यांनी

माझं आयुष्य बदललंय. तुम्ही जर नीटनेटक्या कपड्यात असाल, व्यवस्थित कपडे परिधान केले असतील तर लोक तुमच्याकडे वेगळ्या नजरेने बघतात. याबद्दल लोकांनी माझी तारीफ केलेली मला खूप आवडते. उन्हात भटकून त्वचा काळवंडून जाऊ नये याकरिता मी एक स्पेशल क्रीमदेखील लावते. अम्मीतर मी 'फेयर अँड लव्हली' लावावं याबाबत आग्रही असते. मला काळं व्हायचं नाहीये, कारण बॉलीवूडच्या नट्या इतक्या गोऱ्यापान आहेत. आमच्या वस्तीतसुद्धा प्रत्येकाची पसंती काळ्या मुलीपेक्षा गोऱ्या मुलीलाच अधिक असते. तुम्ही गौरवर्णी असाल तर तुम्हाला अधिक चांगला नवरा मिळेल असं म्हणतात. आत्ता या क्षणी मी लहान आहे त्यामुळे मी काहीही कपडे घालू शकते पण वस्तीमध्ये एका ठरावीक वयानंतर मुली पाश्चात्य पेहराव करत नाहीत. लोक त्यांची खिल्ली उडवतात आणि मुलांना वाटतं त्या चारित्र्यहीन आहेत. बहुतेक सगळ्या मुली पंधरा वर्षाच्या झाल्या की, बुरख्याने चेहरा झाकून घ्यायला लागतात. मला वाटतं मलासुद्धा बुरखा घालावा लागणार कारण माझ्या अब्बांना खरंच मी गोषात राहावं असं वाटतं. माझी दादी मला नेहमी सांगते की, सुशील स्त्रीनं नेहमी स्वत:ला अवगुंठीत केलं पाहिजे. माझी चुलत बहीण रुक्सर, तर अगोदरपासूनच बुरखा घेतीये – अर्थात जेव्हा केव्हा ती शाळेत जायला निघते किंवा मैत्रिणींनां भेटायला जाते तेव्हा ती तो चढवते. पण म्हणून सगळ्या मुस्मिल स्त्रिया काही बुरखा घेत नाहीत. उदा. माझी चाची. ती सर्वसामान्यांसारखे कपडे घालते. कधीकधी तर ती जीन्सदेखील घालते, कारण माझ्या चाचूंना त्यात काही गैर वाटत नाही. माझ्या अब्बांना वाटतं, मी बारा-तेरा वर्षांची झाले की मीही बुरखा घालण्यास सुरुवात करावी. मला बुरखा आवडतो पण मी कुणा नटीला तिचं डोकं झाकून घेतलेलं पाहिलं नाहीये. यावरून माझा नेहमी गोंधळ उडतो. कधी बुरखा घालावासा वाटतो कारण अब्बांची तशी इच्छा आहे पण तसं तर मला माझे कपडे घालून ऐटीत मिरवायलाही खूप आवडतं.

माझ्या घरच्यांना न आवडणारी दुसरी गोष्ट म्हणजे, हल्लीच्या नायिका पडद्यावर ज्या तऱ्हेचे तोकडे कपडे घालतात तसे मी घातलेले त्यांना मुळीच आवडणार नाही. आणि याची मला पूर्ण जाणीव आहे. परंतु माझ्याकडे माझ्या सिनेमातल्या भूमिका निवडण्याचा पर्याय आहेच की.

मला मेकअप करायला आवडतो. मला वाटतं माझ्या ओळखीच्या सगळ्याच मुलींना तसा तो आवडतो. आता माझ्याजवळ माझी स्वत:ची सौंदर्यप्रसाधनं आहेत, लिपस्टीक, पावडरी, नेल पॉलिश. पण त्याआधी मी माझ्या अम्मीच्या वस्तू हाताळायची आणि त्यांचा स्वत:वर प्रयोग करायची. माझी आवडती प्रसाधनं आहेत काजळ आणि आयलाईनर. मला दागिनेसुद्धा आवडतात, पण माझ्याकडे फारसे दागिने नाहीत. फक्त काही रंगीबेरंगी प्लॅस्टिकच्या बांगड्या आहेत. पण माझ्या

अब्बांनी मला वचन दिलंय ते मला खरी सोन्याची साखळी आणि एक चांदीची अंगठी घेऊन देतील असं. मला हातावर मेंदीची नक्षी काढायला आवडते आणि रुक्सर त्यात खरंच कुशल आहे. आमच्या शेजारणी पण विशेष प्रसंगी तिच्याकडे येतात. माझं स्वप्न आहे एक दिवस निळ्या रंगाच्या कॉन्टॅक्ट लेन्सेस लावणं... सर्पदेवतेचे डोळे असतात, तशा. काही आठवड्यांपूर्वी माझी चुलत भावंडं मोहसीन आणि रुक्सर एका फोटो स्टुडिओत गेले होते – त्यांचे फोटो काढून घ्यायला. मोहसिनला ते फोटो वेगवेगळ्या दिग्दर्शकांकडे पाठवायचे होते.

पण रुक्सरचं विचाराल तर तिच्या वर संशोधन मोहीमेसाठी ते फोटो मुलाच्या कुटुंबाकडे पाठवायचे होते. अंगभर कृत्रिम दागिने घालून आणि ते अद्‌भुत निळ्या रंगाचे लेन्सेस लावून ती साडी नेसली होती. एकदा भारी सलवार कमीज घातला होता.

फार दिवस नाही झाले या गोष्टीला; रुक्सर मला तिच्या शाळेच्या निरोप समारंभाला घेऊन गेली होती, कारण तिच्या सर्व मैत्रिणींना मला भेटायचं होतं. त्या पार्टीमध्ये मी एखाद्या प्रथितयश पाहुणीसारखी होते आणि मला थोडं वेगळं दिसायचं होतं म्हणून, मी नवी दिल्लीत झालेल्या 'फॅशन शो' मधून आणलेला सुंदर जिप्सी स्कर्ट घातला. यासारखी संधी मी सोडणार नव्हते. प्रत्येक ठिकाणी करते तसं इथेही मी माझ्या सिनेमातल्या गाण्यांवर नृत्य केलं... सगळीकडे लोकांची इच्छा असते मी ते करावं अशी. तर सांगत काय होते; आम्ही खूप धमाल केली.

माझा ऑस्करवारीमधला पोहण्याच्यातलावातल्या पाण्यासारखा निळाशार पोशाख जेव्हा वस्तीत सगळ्यांना मी दाखवायचा प्रयत्न केला आणि पत्रकारांच्या जथ्याला जेव्हा सामोरी गेले तेव्हा तो चिखलाने खराब झाला होता. त्या चित्रपटानंतर माझे कपडे बदललेत आणि लोकांची माझ्याकडे पाहण्याची दृष्टी बदललीये पण माझं जीवन अजूनही पूर्वीसारखंच आहे.

या वस्तीत राहणाऱ्या कुणाला एखाद्या चांगल्या अपार्टमेंटमध्ये राहावसं वाटणार नाही? मला तरी असं कुणी माहीत नाही. अडचण एवढीच आहे की, मुंबईतली घरं अतिशय महाग आहेत. इथे घरांचे भाव आभाळाला भिडलेत. नुकतंच अब्बांनी मला सांगितलं, त्यांनी एका वर्तमानपत्रात वाचलं की मुंबईतली काही घरं तर न्यूयॉर्क आणि लंडनमधल्या घरांपेक्षा देखील महाग आहेत.

माझ्या मैत्रिणींनी तर मला चिडवायला सुरुवात केली आहे, "मग आता, रुबिना तू 'स्टार' झालीयेस! तू अजून इथे झोपडपट्टीत काय करतीयेस?"

मला दुसरीकडे स्थलांतर करण्यासाठी मुंबई सोडायची नाहीये. मला जर अभिनेत्री व्हायचं असेल तर मुंबई हेच ठिकाण योग्य आहे. 'ऑस्कर्स' मिळाल्यावर

खूप लोक माझं अभिनंदन करायला आले होते, त्यांच्यामध्ये स्थानिक नगरसेवकांचा समावेश होता. त्यांनी खूप आश्वासनं दिली. आम्ही 'राष्ट्राचा गौरव' बनल्यामुळे आमचे आभार मानले. मुंबईतल्या एका स्थानिक सहकारी संस्थेनं सुद्धा आम्हाला कायमस्वरूपी इमारतींमध्ये दोन अपार्टमेंटस देऊ असा शब्द दिला होता.

एक वास्तवातले घर – सिमेंटच्या भिंती, खिडक्या असलेले आणि माझ्या गोष्टी ठेवण्यासाठी जागा असलेले आणि व्यवस्थित संडास असलेले. बस्स! मला इतकंच हवंय. कुणी आम्हाला घराच्या किल्ल्या दिल्या तर! ते बांद्र्यापासून खूप दूर असले तरी मी तिथे लगेच स्थलांतर करीन. मला काही दर्जा असलेलं आयुष्य हवंय, जिथे मी स्वत:मध्ये सुधारणा घडवून आणण्याचा विचार करू शकेन... जे मिळालंय त्याहून अधिक मिळवण्याच्या दृष्टीने ते गरजेचं असेल.

वस्तीमधलं आयुष्य म्हणजे केवळ तग धरून राहणं! मला माझ्या मैत्रिणींची खूप आठवण येईल, माझ्या दादीची आणि माझ्या चुलत भावंडांची खूप आठवण येईल पण तरीसुद्धा मी रोज येऊन त्यांना भेटीन.

अमेरिकेहून परत आल्यापासून त्या जागेत राहणं दिवसेंदिवस मला असह्य होत चाललंय. इथे तितकंसं सुरक्षितही नाहीये आजकाल. काही आठवड्यांपूर्वी माझी चुलत बहिण रुक्सरचा मोबाईल, दुपारी ती झोपलेली असताना चोरीला गेला. चोर सरळ आत शिरला आणि तिचा फोन उचलला त्याने. टी.व्ही. जवळ चार्जिंगला ठेवला होता तो. तिच्या वाढदिवसाला भेट म्हणून मिळाला होता तिला आणि त्यामध्ये कॅमेरा असून तो फार महाग होता. वस्तीत हल्ली सतत पत्रकारांची वर्दळ असते त्यामुळे लोकांना वाटतं आम्ही अधिक श्रीमंत झालोत. म्हणून तर ही चोरी झाली. माझ्या चाचीकडे थोडेफार सोन्याचे दागिने आहेत. ते कपाटात ठेवण्याऐवजी सदैव अंगावर घालणं ती अधिक पसंत करते.

यापूर्वी आमच्या वस्तीमध्ये चोरीची समस्या कधी उद्‌भवली नाही. प्रत्येकजण एकमेकांना ओळखत होता आणि आमचा परस्परांवर विश्वास होता. माझ्या प्रसिद्धीनं लोकांचा जळफळाट होतोयसं दिसतंय. त्यांना वाटतं माझ्यासारख्या 'स्टार'जवळ काहीतरी मौल्यवान चिजा असणारच, घरात लपवून ठेवलेल्या. माझ्या ज्या काही थोड्याफार वस्तू आहेत त्या माझ्यापासून कुणी हिरावून घेऊ नयेसं मला वाटतं.

अमेरिकावारीनंतर तिथली देखणी घरं, स्वच्छ चकचकीत रस्ते आणि तिथल्या हॉटेलातल्या अतिस्वच्छ खोल्या... हे सगळं अनुभवलं आणि माझ्या वस्तीतली अस्वच्छता, इथली घाण मला अधिकाधिक डाचू लागली. मला अमेरिकेसारखं भपकेदार राहणीमान नकोय, परंतु आमच्या झोपडपट्टीपेक्षा नक्कीच अधिक चांगल्या दर्जाचं जीवन हवंय. अगदी मूलभूत सोयी असलेलं... उदा. नळाला वाहतं पाणी हवं आणि झोपायला एक पलंग हवा.

इथल्या जीवनाची वाईट बाजू आता मला प्रकर्षाने जाणवतीय. भांडणं, एकमेकांचा सतत पाणउतारा करत राहणारी लोक, मुलींना छेडणारी तरुण मुलं, त्यांचा पाठलाग करत असतात. मी पुरुषांना आपल्या बायकांना मारहाण करताना, शिव्या देताना पाहिलंय. त्यांच्याबद्दल मला इतकं वाईट वाटतं ना! वस्तीमध्ये असंख्य झुरळं आहेत आणि काही तर उडणारी आहेत. कधीकधी ती आमच्या अन्नातही पडतात पण म्हणून आम्ही काही ते जेवण फेकून देत नाही, आम्ही नुसतं त्यात पडलेलें झुरळ चिमटीत धरून बाहेर काढतो. दोन वेळच्या पोटभर जेवणाची चैन इथे फार कमी जणांना परवडते. म्हणून तर इथे अन्नाची नासाडी कोणी करत नाही. काही वेळा आम्ही कीटकनाशक औषधांचे फवारे नियमितपणे घरात मारतो त्यांचा उग्र दर्प दोन-तीन दिवस येत राहतो. पण वस्तीतली सर्वात वाईट गोष्ट म्हणजे इथल्या घुशी. त्या मला घाबरवतात. इथे इतकी सांडपाण्याची गटारं, नाले आणि घाण आहे की, हजारो घुशी इथे आरामात नांदू शकतात. त्यांची संख्या इतकी झपाट्याने वाढते म्हणून सांगू! पण सर्वात उपद्रवी असतात त्या गलेलठ्ठ घुशी. त्या एखाद्या छोटुल्या सशाच्या आकाराच्या असतील. माणसांना घाबरत नाहीत त्या, कारण त्या आपल्या बिछान्यावर चढतात. खणांमध्ये, स्वयंपाकघरात आढळतात. सर्वत्र संचार असतो त्यांचा. त्यांच्याकडे बघूनच इतकी किळस वाटते. दिवसभरात मला कितीतरी दिसतात. हल्लीहल्लीच एक घूस माझ्या पोटरीवर चढली होती; मी घरासमोर दाराच्या पायरीवर बसले होते तेव्हा. मी किंचाळत होते, भीतीने थरथरत होते. अम्मीनं तिला एका फडक्यानं दूर लोटली पण मनात तिचा विचार आला तरी अंगावर काटा येतो माझ्या.

डास ही वस्तीतली दुसरी समस्या आहे. कुणापाशीच याचा तोडगा नाही. रात्री एकतर लोक मच्छरदाणी लावून झोपतात किंवा चादरीनं अंग झाकून घेतात कितीही उकाडा असला तरी. मला माहितीये, दरवर्षी आमच्या वस्तीत मलेरियानं मरणारी मुलं आहेत. खूप वर्षांपूर्वी माझ्या अब्बांनासुद्धा मलेरिया झाला होता. कितीतरी दिवस ते तापानं अंथरुणात होते. नेहमी त्यांना हुडहुडी भरलेली असायची. वस्तीमध्ये खूप रोग पसरतात. तुम्ही एखाद्या वैदूकडे नाही तर योग्य अशा डॉक्टरकडे गेलात, तर लवकर बरे होणार. तो जर मलेरिया नसेल तर तो विषमज्वर(टायफॉईड)असू शकतो. सहा महिन्यांच्या कालावधीत माझ्या चाचांना दोन्ही झाले. मागच्या वर्षी विषमज्वर आणि आम्ही अमेरिकेला जायच्या थोडं आधी, मलेरिया.

आत्तापर्यंत मी नशीबवान ठरलीय. मला यातलं काहीच झालेलं नाही. मी पाच-सहा वर्षांची होते तेव्हा खूप आजारी पडले होते. मला वाटतं मी कोणतं तरी दूषित पाणी प्यायले होते आणि बघताबघता माझं पोट फुगलं. मला या रोगाचं

अचूक नाव ठाऊक नाही, पण तो भयंकर घातक होता. सगळं पाणी काढून टाकण्यासाठी शस्त्रक्रिया करावी लागली. दोन आठवडे मी रुग्णालयात होते. त्याव्यतिरिक्त मला दुसरा फारसा गंभीर आजार कधीच झाला नाही. याउलट मान्सूनच्या महिन्यांमध्ये दरवर्षी मला सर्दी होते.

पावसाळ्यात साऱ्या मुंबईचं जनजीवन ठप्प होतं. कधीकधी पाऊस कितीतरी दिवस अविरत कोसळत राहतो. अगदी रेल्वेचे रूळ सुद्धा पाण्याखाली बुडून जातात. सर्वात बिकट परिस्थिती होते झोपडपट्टीची. कारण तिथे योग्य रितीने सांडपाण्याचा निचरा करणारी यंत्रणा नाहीये. पर्जन्यकाळात आमची वस्ती गुडघा-गुडघा पाण्यात बुडते. सर्वत्र माशा घोंगावत असतात आणि खूप माणसं आजारी पडतात. चादरी नेहमीच ओलसर असतात आणि घरातल्या कानाकोपऱ्यात कुबट वास येतो. विजेचा लपंडाव सुरू होतो. बराच काळ वीजपुरवठा खंडित होतो. झोपडीच्या बाहेर चालणंही मुश्कील होऊन बसतं कारण तुम्ही नाल्यात, गटारात पडू शकता आणि तुमची हाडं मोडण्याचा संभव असतो. काहीजण पावसाचं पाणी साठवून ठेवतात, कारण नळाचं पाणी मिळणं दुष्कर असतं. एकतर नळ पाण्यात बुडालेले असतात किंवा मोडलेले तरी असतात. अन्नधान्याचा देखील अगोदर पासून साठा करावा लागतो, कारण पावसाळ्यात साऱ्याच वस्तूंचे भाव भडकतात. क्वचितच एखादं दुकान उघडतं त्यामुळे सगळ्यांच्या धंद्यावर परिणाम होतो. मला आपलं दरवर्षी वाटत असतं की, मान्सूनमध्ये मी झोपडपट्टीतून माझी सुटका करून घेऊ शकेन.

सर्वात वाईट म्हणजे पावसाळ्यात संडासाजवळचा परिसर असह्य होतो. पाऊस असो किंवा नसो, इतक्या लोकांसाठी असलेले वस्तीतले संडास नेहमीच दुरवस्थेत असतात. ही एक छोटी काँक्रीटची इमारत आहे. त्यात तीन संडास आहेत आणि त्यांना दारं नाहीत. जमिनीत फक्त भोकं, पाय ठेवायला दोन्ही बाजूंना एकेक पायरी. तुम्हाला स्वत:चा पाण्याचा लोटा न्यावा लागतो. वेळोवेळी येऊन नगरपालिकेच्या सफाई कामगारांनी तिथला मैला साफ करावा अशी अपेक्षा असते पण कुणीच साफसफाई करायला येत नाही. तिथली दुर्गंधी असह्य असते. शिवाय तिथे धडपणे एक गोष्ट पाहू शकत नाही तुम्ही कारण वीजच नाही तिथे. इतर मुलांसारखी मी पण बाहेर जाऊन रूळाजवळ बसून यायची. ते पत्करलं. पण आता मी फारच मोठी झालीये. जगाला माझा पार्श्वभाग नाही दाखवू शकत, तरीसुद्धा रात्रीची मी कधीकधी रेल्वेलाईनजवळच जाते झटपट उरकायला. अमेरिकेहून आल्यापासून मात्र मी पैसे देऊन वापरता येणाऱ्या संडासातच जाते. माझ्या वस्तीपासून तिथपर्यंत चालायला दहा मिनिटं लागतात आणि ते वापरायला दोन रुपये द्यावे लागतात. पण ते संडास एकदम स्वच्छ असतात. आमचं जर स्वत:चं

घर असतं तर मात्र मला मोकळं व्हायला असं लांब जावं लागलं नसतं.

मागच्या आठवड्यात अझरचं घर स्थानिक अधिकाऱ्यांनी पाडून टाकलं. त्याला मारहाण देखील झाली आणि त्यात त्याचा झुंजार कोंबडा मारला गेला. मला ठाऊक आहे, त्यांनी त्याच्या कुटुंबाला कसलीही पूर्वसूचना दिली नव्हती. असेच आले आणि त्यांचं छोटंसं खोपटं तोडून टाकलं. ते ऐकून मला अझरबद्दल फार वाईट वाटलं आणि हे माझ्या किंवा माझ्या कुटुंबीयांबाबत घडलं नव्हतं याचा आनंदही झाला. पण हा आनंद क्षणभंगुर ठरला. माझ्या डोक्यावरचं छप्पर काही फार काळ टिकलं नाही. एका सुप्रभाती रेल्वे अधिकाऱ्यांची माणसं आली आणि त्यांनी माझं विश्व जराही न डगमगता उध्वस्त केलं.

आराडाओरड्याने मी जागी झाले आणि जेव्हा बाहेर गेले तेव्हा माझे शेजारी अधिकाऱ्यांबरोबर हुज्जत घालीत होते. ते कुणालाच जुमानत नव्हते आणि सुमारे चाळीस झोपड्या त्यांनी भुईसपाट केल्या; माझ्या झोपडीसकट!

तिथून दुसरीकडे हालण्याविषयी कसलीही पूर्वसूचना आम्हाला मिळाली नव्हती. माझे चाचा-चाची देखील हे सगळं घडलं तेव्हा बाहेर खरेदीला गेले होते. माझ्या अब्बांनी या तोडफोडीवर देखरेख करणाऱ्या पोलिसांशी भांडण सुरू केलं आणि ते जखमी झाले. मला सगळ्यांचा इतका राग आलाय. आमची घरं जमीनदोस्त करण्यापूर्वी ते एकदाही विचार करत नाहीत आणि आता 'आम्ही कुठे जायचं' आम्ही सगळे विचारत होतो.

त्यानंतर आम्ही माझ्या अब्बांच्या मित्राच्या झोपडीत राहायला गेलो. ते माझ्या चाचांच्या घरापासून अगदी जवळ होतं. सगळ्या वस्तू इकडे घेऊन येणं आम्हाला जडच गेलं, कारण ती जागा आमच्या आधीच्या घराहून लहान होती. या साऱ्या गोंधळात आमच्या बऱ्याच वस्तू हरवल्या; विशेषतः भांडी आणि काही कपडे. मी माझ्या साऱ्या वस्तू चाचीच्या घरात नेऊन ठेवल्या आहेत आणि तिथेच दिवसातला जास्तीत जास्त वेळ राहायला मला आवडतं. पण दररोज रात्री मी अब्बांजवळ झोपायला घरी जाते. इतकं सगळं घडून गेल्यावर मला थोडंसं सैरभैर झाल्यासारखं वाटतंय.

माझ्या मनात विचार आला, ते माझी झोपडी उद्ध्वस्त करू शकतात; पण माझी स्वप्नं – अधिक चांगल्या आणि मोठ्या घरी घेऊन जाणारी स्वप्नं अजून जिवंत आहेत.

'जय हो!'

लीला हॉटेलमधील त्या घटनेनंतर काही आठवडे बातम्या देणाऱ्या वाहिन्या आणि वर्तमानपत्रांत रकाने भरभरून माझ्या अब्बांनी मला कसा विकायचा प्रयत्न केला याची 'सुरस' कहाणी सांगितली जात होती. मला पत्रकारांचा तिरस्कार वाटू लागला; कारण निव्वळ त्यांच्या फायद्यासाठी ते माझ्या कुटुंबावर काहीतरी गलिच्छ आरोप करत होते. नंतर मी असं ऐकलं की, डॅनी अंकलनं पत्रकारांना सांगितलं होतं, आम्ही वयात येईपर्यंत ते अझरच्या आणि माझ्या शिक्षणाची तरतूद करतील. पण मला या गोष्टीचा आनंद वाटला नाही, कारण या सगळ्या लोकक्षोभामुळे मी थोडी हादरले होते. नवे घर मिळवून देण्याविषयी इतक्या लोकांनी शब्द दिला होता आम्हाला... त्यातला एकही खरा झाला नव्हता. इतके सगळे अहवाल आणि इतकी सारी आश्वासनं बघता एव्हाना मला चार अपार्टमेंटस मिळायला हवी होती, पण प्रत्यक्षात माझी स्वतःची झोपडीसुद्धा माझ्याजवळ राहिली नाहीये.

इलेक्ट्रॉनिक माध्यमातले लोक त्यांच्या टी.व्ही. कॅमेऱ्यासह आणि दैनिकांतले पत्रकार त्यांच्या लेखणीसह सर्वत्र माशांसारखे घोंगावत होते. ते माझ्या लहानशा शाळेतही आले....

मी रोज शाळेत उपस्थित राहायचा प्रयत्न करत होते. सिनेमाचं पूर्ण चित्रीकरण, 'फॅशन शो' आणि त्यानंतर निकोल किडमन बरोबर केलेली जाहिरात या साऱ्याची परिणती शालेय वर्षातला माझा बराचसा भाग बुडण्यात झाली होती. याचा परिणाम म्हणजे मला सुट्टी सुरू होण्यापूर्वी एप्रिलमध्ये माझी परीक्षा वेगळी द्यावी लागणार होती. (अझरबरोबर, त्याची सुद्धा बरीच शाळा बुडली होती.) मला भारतात कामाविषयी बरेच प्रस्ताव येताहेत आणि काहींचं चित्रीकरण स्वित्झर्लंडसारख्या परदेशात होईल पण निश्चित काहीच नाहीय. मी सुट्टीत काम करण्याविषयी माझ्या

अब्बांची हरकत नाही, पण माझे शाळेतले बरेच तास बुडलेले त्यांना आवडणार नाही. मात्र ती मोठी ऑफर असली तर मला खात्री आहे त्यांचं मन पालटेल. पण गेले सहा महिने मला आणि अब्बांना या क्षेत्राविषयी खूप काही शिकायला मिळालंय. त्यामुळे मला नाही वाटत यापुढे आम्ही आंधळेपणाने लोकांवर विश्वास ठेवू.

मला थोर अभिनेत्री व्हायचंय. ते नाही जमलं तर मला अंतराळवीर बनायला आवडेल. मला ठाऊक आहे दुसरा पर्याय खूपच कठीण आहे पण मला हेही माहितीये की कठोर परिश्रमाने, मेहनतीने काहीही शक्य होतं. नंतर मला अमेरिकेतल्या कॉलेजमध्ये शिकायला आवडेल. अर्थात अब्बांनी परवानगी दिली तरच. मला वाटतं मी आता पूर्वीपेक्षा अधिक महत्त्वाकांक्षी झालीय. इंग्रजीची खाजगी शिकवणी देखील लावायची आहे; माझी भाषा सुधारावी याकरिता. चांगलं इंग्लिश बोलता येणं अभिनेत्रीसाठी गरजेचं आहे; तसंच अंतराळवीरासाठी सुद्धा!!

या मार्चमध्ये मला आणखीन एक ऑफर आली. एक फ्रेंच प्रकाशक आमच्या झोपडपट्टीत आला आणि काही दिवस त्याने आमच्या समवेत घालवले. जगाला माझी अधिक चांगल्या प्रकारे ओळख व्हावी यासाठी माझा आत्तापर्यंतचा चिमुकला आयुष्याचा पट कागदावर उतरवण्याचा प्रस्ताव त्यांनी मांडला! मला ही कल्पना खूप आवडली; कारण या शब्दांच्या माध्यमातून मी खरी कोण आहे ते सगळ्यांना सांगू शकते. पण माझे अब्बा थोडेसे संभ्रमात होते – हे पुस्तक कसं असेल, मी काय बोललं आणि ते पुस्तक विकत कोण घेणार याबद्दल! आणि म्हणून निर्णय घ्यायला त्यांना वेळ लागला.

शेवटी आम्ही करारावर स्वाक्षऱ्या केल्या आणि सारं काही मनासारखं, ठीक झालं याचा त्यांना आनंद झाला. माझ्या स्वत:विषयी बोलणं, माझी झोपडी, माझा परिवार, माझा प्रवास यावर बोलणं काही फारसं कठीण नव्हतं. कारण मी गरीब लोकांमध्ये राहते, बऱ्याचशा पत्रकारांनी माझ्याविषयी आणि माझ्या कुटुंबीयांविषयी खोटं-नाटं लिहिलंय. मला बाहेरच्या जगालाही माझं रोजचं जगणं, इथला संघर्ष याबद्दल काही ठाऊक नाही. तेव्हा हे पुस्तक सगळ्या दुनियेला दाखवून देईल... रुबिनाचं खरं रूप!

या पुस्तकाचे अर्धे पैसे माझ्या वस्तीजवळच्या एका मोठ्या धर्मादाय संस्थेला देणगी म्हणून जातील. तसेच पुस्तकाच्या कमाईतले काही पैसे माझ्या नाचाच्या शिकवणीला, गाण्याच्या वर्गाला तसेच अभिनयाचे धडे देणाऱ्या शिक्षकांना देण्यात जातील. एका अभिनेत्रीला जे-जे म्हणून यायला हवं ते सगळं ते मला शिकवतील. काही पैसे मी माझ्या भावी शिक्षणासाठी राखून ठेवीन कारण मला माहितीये माझ्या वडिलांची मिळकत तुटपुंजी आहे. परंतु माझ्या श्रमांचा योग्य मोबदला खरोखर

मला याहून कितीतरी उच्च दर्जाचं जीवन मिळवून देईल.

पुस्तकाच्या उद्घाटनासाठी तसेच पुस्तकाची विक्री जोमानं व्हावी या हेतूने मी युरोप आणि फ्रान्सलासुद्धा जाणार आहे. मला आशा वाटते, यावेळी तरी अब्बांना माझ्याबरोबर यायला जमेल. कधी एकदा आणखी एक नवं शहर बघतीय असं मला झालंय. या पुस्तकावर काम करताना माझे जे मित्र झालेत त्यांना भेटायची उत्कंठा मला लागलीय. मला आशा आहे पॅरिसचे जेवणतरी अमेरिकेपेक्षा नक्कीच अधिक चांगलं असेल. मी त्याचा आस्वाद घ्यायचा प्रयत्न करीन; जरी ते मसालेदार नसलं तरी! पॅरिस, ही मी आले!

आता माझी स्वप्नं अजून भव्यदिव्य झालीयेत आणि मी खरंच प्रयत्न केला तर मला नाही वाटतं तारे कवेत घेण्यापासून मला कुणी रोखू शकेलसं अशी आहे मी – रुबिना अली.

जय हो !!

मुंबई, मे २००९